INSIGHT PUBLICA®

INSIGHT PUBLICA®

Nadakkavu, Kozhikode, Kerala
Tel:0495–4020666
www.insightpublica.com
e-mail: insightpublica@gmail. com

Pi

Ganithathile Mahavismayam

(Maths)

Prof. C.P Mohammed

First Edition: July 2016

ISBN 978-93-85899-24-9
Printed and Published by
InsightinPublica Printers & Publishers Pvt. Ltd.

π

(പൈ)
ഗണിതത്തിലെ
മഹാവിസ്മയം

പ്രൊഫ. സി. പി. മുഹമ്മദ്

INSIGHT PUBLICA®

കോഴിക്കോട് ജില്ലയിലെ ബാലുശ്ശേരി സ്വദേശി. കോഴിക്കോട് ഗവ. ആർട്സ് ആന്റ് സയൻസ് കോളേജിൽനിന്ന് അസോസിയേറ്റ് പ്രൊഫസറായി വിരമിച്ചു.

പൈ അനന്തതയുടെ കയ്യൊപ്പ്, ആദിയിൽ എണ്ണൽസംഖ്യകളുണ്ടായി, പൂജ്യം ഒന്നുമില്ലായ്മയുടെ ശ്യാമസൗന്ദര്യം, ഗണിത വിസ്മയങ്ങൾ, മറവി ഓർമ്മ-ശാസ്ത്രവും ജീവിതവും എന്നിവ പ്രധാനകൃതികൾ.

ഭാര്യ: ഷരീഫ. മക്കൾ: അർഷ അനം, വസിൻ റഹ്മാൻ.

മേൽവിലാസം: പൂളക്കണ്ടി. നന്മണ്ട പി.ഒ. കോഴിക്കോട്

ഫോൺ: 9387237202

പ്രൊഫ. സി. പി മുഹമ്മദ്

ഉള്ളടക്കം

പൈ എന്ന അഭിന്നകം

ഒരു ഗണിതശാസ്ത്ര വിദ്യാർത്ഥി തന്റെ പഠനകാലത്തിനിടയിൽ പലവട്ടം കേൾക്കുന്ന പദമാണ് പൈ. അതുകൊണ്ടു തന്നെ ഈ സംഖ്യയുടെ കാര്യത്തിൽ ഒരു പരിചയപ്പെടുത്തലിന്റെ ആവശ്യമില്ല. ഒരു വൃത്തത്തിന്റെ പരിധിയും വ്യാസവുമായുള്ള അംശബന്ധം ഒരു സ്ഥിരസംഖ്യയാണെന്നും ഈ സംഖ്യയാണ് പൈ (π) എന്നും വളരെ ലളിതമായ ഒരു നിർവ്വചനവും ഇവിടെ സാധ്യമാണ്. എന്നാൽ ഗണി തജ്ഞരെയും ചിന്തകരെയും വല്ലാതെ ആകർഷിച്ച ഒരു സംഖ്യയാണ് പൈ. ഈ സംഖ്യയുടെ ചുറ്റിലുമുള്ള നിഗൂഢതയുടെ പരിവേഷമാണ് അതിനു കാരണം. ഗണിതത്തിന്റെ സവിശേഷ ഭാഷയിൽ പൈ ഒരു അഭിന്നകമാണ് (irrational number). അതായത് രണ്ട് പൂർണ്ണസം ഖ്യകളുടെ അംശബന്ധമായി എഴുതാൻ സാധ്യമല്ലാത്ത സംഖ്യ. അത്ത രത്തിൽ എഴുതാൻ കഴിയുന്ന സംഖ്യകളെ ഭിന്നകങ്ങൾ (rational numbers) എന്നു പറയുന്നു. p യും q വും പൂർണ്ണസംഖ്യകളാവുക യും q പൂജ്യമല്ലാതിരിക്കുകയും ചെയ്താൽ (p/q) എന്ന രൂപത്തിലുള്ള സംഖ്യകളാണ് ഭിന്നകങ്ങൾ. ഒരു ഭിന്നകത്തെ ദശാംശ രൂപത്തിലെഴു തിയാൽ അതു പരിമിതസ്ഥാനങ്ങളുള്ളതോ ആവർത്തക ദശാംശസം ഖ്യയോ ആയിരിക്കും. 3/4 , 17/20 എന്നിവയുടെ ദശാംരൂപം പരിമിത സ്ഥാനങ്ങളുള്ളതാണല്ലോ. എന്നാൽ 5/6 , 3/7, എന്നിവയുടെ ദശാംശ രൂപത്തിൽ അക്കങ്ങൾ അവസാനിക്കാത്തതും എന്നാൽ ആവർത്തിക്കു ന്നതുമാണ്. (അവയുടെ ദശാംശരൂപങ്ങൾ യഥാക്രമം 0.833333........ എന്നും 0.428571428571428571.......എന്നുമാണ്). ഭിന്നസംഖ്യാ രൂപത്തിലെഴുതുമ്പോൾ ഛേദത്തിൽ വരുന്ന സംഖ്യയുടെ ഘടകങ്ങൾ രണ്ടും അഞ്ചും മാത്രമാകുമ്പോഴാണ് പരിമിത സ്ഥാനങ്ങളുള്ള ദശാംശ

രൂപം ലഭിക്കുന്നത്. അല്ലാത്തപ്പോഴൊക്കെ അനന്തവും ആവർത്തകവുമായിരിക്കും.

അഭിന്നകങ്ങളുടെ ദശാംശരൂപം അനന്തമാണ്. അക്കങ്ങൾ ആവർത്തിക്കുന്നുമില്ല. അഭിന്നകങ്ങളുടെ കൂട്ടത്തിൽ എളുപ്പത്തിൽ കാണിക്കാവുന്നവ പൂർണ്ണവർഗങ്ങളല്ലാത്ത എണ്ണൽസംഖ്യകളുടെ വർഗ്ഗമൂലങ്ങളാണ് $\sqrt{2},\sqrt{3},\sqrt{5}$........ എന്നിങ്ങനെയുള്ളവ. ഒന്നുമുതൽ നൂറുവരെയുള്ള എണ്ണൽസംഖ്യകൾ പരിഗണിച്ചാൽ അവയിൽ പത്തെണ്ണത്തിന്റെ വർഗ്ഗമൂലം മാത്രമെ ഭിന്നകങ്ങളുള്ളു ബാക്കിയെല്ലാം അഭിന്നകങ്ങളാണ്. തൊണ്ണൂറു ശതമാനവും എന്നു സാരം. പൈതഗോറസിന്റെ കാലത്തു തന്നെ അഭിന്നകങ്ങളെക്കുറിച്ചു മനസ്സിലാക്കിയിരുന്നു. പൂർണ്ണസംഖ്യകളും അവയുടെ അംശബന്ധങ്ങും ഉപയോഗിച്ച് പ്രപഞ്ചസത്യങ്ങളെ മുഴുവൻ വ്യാഖ്യാനിക്കാമെന്ന് പൈതഗോറസും കൂട്ടാളികളും വിശ്വസിച്ചിരുന്നു. സർവ്വം സംഖ്യകളാണ് എന്ന പ്രസിദ്ധമായ സൂക്തം അർത്ഥമാക്കിയിരുന്നത് ഇതായിരുന്നു. എന്നാൽ ഭിന്നകങ്ങളല്ലാത്ത സംഖ്യകളുണ്ട് എന്ന കണ്ടെത്തൽ ഈ വിശ്വാസത്തിനേറ്റ കനത്ത ആഘാതമായിരുന്നു. ആദ്യം തിരിച്ചറിഞ്ഞ അഭിന്നകം $\sqrt{2}$ ആയിരിക്കുമെന്നു വിശ്വസിക്കപ്പെടുന്നു. ഒരു മട്ടത്രികോണത്തിന്റെ പാദവും ലംബവും ഒരു യൂനിറ്റു വീതം നീളമുള്ളതാണെങ്കിൽ കർണ്ണത്തിന്റെ നീളത്തിന്റെ വർഗ്ഗം പൈതഗോറസ് തിയറം അനുസരിച്ച് $\sqrt{2}$ യൂനിറ്റായിരിക്കും. ഈ സംഖ്യ രണ്ടു പൂർണ്ണസംഖ്യകളുടെ അംശബന്ധമായി എഴുതാൻ കഴിയില്ല എന്ന് ആദ്യം തിരിച്ചറിഞ്ഞത് ആരാണെന്നു വ്യക്തമല്ല. പൈതഗോറസിനും രണ്ടു നൂറ്റാണ്ടുകൾക്കു ശേഷം ജീവിച്ച യൂക്ലിഡിന്റെ എലമെന്റ്സ് എന്ന പ്രസിദ്ധമായ കൃതിയിൽ ഈ വസ്തുതയുടെ യുക്തിഭദ്രമായ തെളിവുണ്ട്.

പൈതഗോറസിന്റെ ശിഷ്യനായിരുന്ന ഹിപ്പാസസിന് അഭിന്നകങ്ങളെക്കുറിച്ച് അറിയാമായിരുന്നു എന്നൊരു കഥയുണ്ട്. എന്നാൽ അവയെക്കുറിച്ച് കൂടുതൽ മനസ്സിലാക്കാൻ ശ്രമിക്കുന്നതിൽ നിന്നും ശിഷ്യനെ പിന്തിരിപ്പിക്കുകയായിരുന്നു ഗുരു ചെയ്തത്. ഹിപ്പാസസ് അതനുസരിച്ചില്ലെന്നും ശിഷ്യനെ കടലിലെറിഞ്ഞു കൊന്നു കളയാൻ പൈതഗോറസ് തന്റെ മറ്റു ശിഷ്യരോട് കല്പിക്കുകയായിരുന്നു എന്നുമാണ് ആ കഥയുടെ ക്ലൈമാക്സ്. പൂർണ്ണസംഖ്യകളുടെ അംശബന്ധങ്ങളുപയോഗിച്ച് പ്രപഞ്ചത്തെ വ്യാഖ്യാനിക്കാമെന്ന തന്റെ ദർശനത്തിന്റെ അടിത്തറയിളക്കുമോ എന്ന സംശയവും ആദ്യകാല ഗ്രീക്കു ചിന്തകരെ പിടികൂടിയിരുന്ന അനന്തതാ ഭീതിയുമൊക്കെയാവാം പൈതഗോറസിനെയും കൂട്ടാളികളെയും അഭിന്നകങ്ങളിൽ നിന്നും അകന്നു നില്ക്കാൻ പ്രേരിപ്പിച്ചത്. അഭിന്നകങ്ങളുടെ അസാധാരണമായ സങ്കീർണ്ണത സാധാരണജനങ്ങളെ തന്റെ ശാസ്ത്രീയ നിഗമനങ്ങളിൽ നിന്നും അകറ്റിക്കളയുമോ എന്ന ഭയവും ആ മഹാഗുരുവിനുണ്ടായിരുന്നിരിക്കാം. അഭിന്നകങ്ങളെക്കുറിച്ചുള്ള അറിവുകൾ പുറത്തു പറയാതിരിക്കാൻ ആ കൂട്ടായ്മ അതീവ ജാഗ്രത കാണിച്ചിരുന്നു.

ഏന്നാൽ പൈതഗോറിയൻ വിലക്കുകളെയെല്ലാം മറികടന്ന് അഭിന്ന കങ്ങൾ മനുഷ്യവിജ്ഞാനത്തിന്റെ ഭാഗമാവാൻ അധികകാലമൊന്നും കാത്തിരിക്കേണ്ടി വന്നില്ല. 3,5,7,11,13,15,17 എന്നീ സംഖ്യകളുടെ വർഗ്ഗമൂല ങ്ങൾ ഭിന്നകങ്ങളല്ല എന്നതിന്റെ തെളിവ് തിയോസോറസ് കണ്ടെത്തി യതായി പ്ലാറ്റോ രേഖപ്പെടുത്തിയിട്ടുണ്ട്. അരിസ്ടോട്ടിലിന്റെ 'prior analytics' ലെ ഒരു നിരീക്ഷണം ഇങ്ങനെയാണ്. 'ഒരു സമചതുരത്തിന്റെ വികർണ്ണത്തിന്റെ നീളം വശങ്ങളുടെ യൂനിറ്റിൽ എഴുതാൻ കഴിയില്ല. അതു സാധ്യമാണെങ്കിൽ ഇരട്ടസംഖ്യയും ഒറ്റസംഖ്യയും ഒന്നാണെന്നു പറയേണ്ടിവരും'. ഒരു സമചതുരത്തിന്റെ വശങ്ങൾ ഒരു യൂനിറ്റു വീത മായാൽ വർഗ്ഗമൂലം $\sqrt{2}$ യൂനിറ്റായിരിക്കുമല്ലോ. അത് വശത്തിന്റെ ഭിന്ന കഗുണിതമായി എഴുതാൻ കഴിയില്ല എന്നാണ് ഇവിടെ അർത്ഥമാക്കു ന്നത്. അങ്ങനെ എഴുതാൻ കഴിയുമെന്ന് വിശ്വസിച്ചാൽ അതൊരു തികഞ്ഞ വൈരുധ്യത്തിലേക്കു നയിക്കുമെന്ന പ്രസ്താവനയോടെയ ാണ് ആ നിരീക്ഷണം അവസാനിക്കുന്നത്. എലമെന്റ്സിൽ യൂക്ലിഡ് ന ല്കുന്ന തെളിവ് ഇതേ ചിന്താധാരയിലുള്ളതാണ്. ആ തെളിവ് ഇന്നത്തെ സൂചകങ്ങളും സംജ്ഞകളുപയോഗിച്ച് എഴുതിയതാണ് താഴെ കൊടു ത്തിരിക്കുന്നത്.

തെളിവ് തുടങ്ങുന്നത് രണ്ടിന്റെ വർഗ്ഗമൂലം ഒരു ഭിന്നകമാണ് എന്ന് സങ്കല്പിച്ചുകൊണ്ടാണ്. അപ്പോൾ അതിനെ (p/q) എന്നെഴുതാമല്ലോ. ഇവടെ p യും q വും പൂർണ്ണസംഖ്യകളാണെന്നും q പൂജ്യമല്ല എന്നും ഓർക്കുമല്ലോ. കൂടാതെ അവയ്ക്ക് ഒന്നിനെക്കാൾ വലിയ പൊതുഘടകമില്ല എന്നു കൂടി സങ്കല്പിക്കണം. അങ്ങനെയൊരു ഘട കമുണ്ടെങ്കിൽ അതുകൊണ്ട് അംശത്തെയും ഛേദത്തെയും ഹരിച്ചതിനു ശേഷം p, q എന്നിങ്ങനെ സൂചിപ്പിച്ചാൽ മതിയല്ലോ. രണ്ടിന്റെ വർഗ്ഗമൂലം p/q ആയാൽ $2= (p^2/q^2)$ എന്നു തിരിച്ചറിയുകയാണ് അടുത്തഘട്ടം. അതായത് $p^2=2q^2$. അതിനർത്ഥം p^2 ഒരു ഇരട്ടസംഖ്യയാണ് എന്നാ ണല്ലോ. p യുടെ വർഗം ഇരട്ടസംഖ്യയായാൽ p യും ഇരട്ടസംഖ്യയാ യിരിക്കും. (ഒരു ഒറ്റസംഖ്യയുടെ വർഗ്ഗം ഒരിക്കലും ഇരട്ടസംഖ്യയാവു കയില്ല എന്നോർക്കുക.). p ഇരട്ടസംഖ്യയാണ് എന്നതിനർത്ഥം p= 2k എന്നെഴുതാം എന്നാണ്. ഇവിടെ k ഒരു പൂർണ്ണസംഖ്യയാണെന്നു വ്യക്തം. $p^2=2q^2$ എന്ന സമതയിൽ p= 2k എന്ന വില നല്കിയാൽ $q^2 = 2k^2$ എന്നു ലഭിക്കും. അതായത് q^2 ഉം അതിനാൽ q വും ഇരട്ട സംഖ്യകളാണെന്നു ലഭിക്കുന്നു. ഈയൊരു വാദഗതിയുടെ ഒടുവിലെ ത്തുന്നത് pയും q- വും ഇരട്ടസംഖ്യകളാണ് എന്ന വസ്തുതയിലാണ്. അതായത് അവയ്ക്ക് രണ്ട് എന്ന പൊതുഘടകമുണ്ട് എന്ന വസ്തു തയിൽ. ഇതൊരു വൈരുധ്യമാണ്. നാം തുടങ്ങിയത് അവയ്ക്ക് പൊതുഘടകങ്ങളൊന്നുമില്ല എന്നു വിശ്വസിച്ചുകൊണ്ടാണല്ലോ. അതി നാൽ രണ്ടിന്റെ വർഗ്ഗമൂലം ഒരു ഭിന്നകമാണ് എന്ന നമ്മുടെ അനുമാനം തെറ്റാണെന്നു വരുന്നു.

ഈയൊരു തെളിവിലുപയോഗിച്ചിരിക്കുന്ന യുക്തിചിന്താരീതി അറി യപ്പെടുന്നത് *Reductio ad absurdum* എന്നാണ്. സത്യം കണ്ടെത്താ

നായി ദാർശനികർ ഉപയോഗിച്ചു പോരുന്ന ഫലപ്രദമായൊരു രീതിയാണിത്. ഇത്തരത്തിൽ രണ്ടിന്റെ വർഗ്ഗമൂലം ഒരു അഭിന്നകമാണ് എന്നു തിരിച്ചറിഞ്ഞപ്പോൾ പുരാതനഗ്രീക്കുകാർ അതൊരു ഉത്സവം പോലെ ആഘോഷിച്ചിരുന്നു എന്നൊരു കഥയുണ്ട്. എന്നാൽ പൈയെക്കുറിച്ച് ആദ്യമായി മനസ്സിലാക്കിയതാരാണെന്നു കണ്ടെത്തുക സാധ്യമല്ല. ചക്രങ്ങൾ ഉപയോഗിക്കാൻ തുടങ്ങിയ കാലത്തു തന്നെ വൃത്തത്തിന്റെ പരിധിയും (ചുറ്റളവ്) ആരവുമായുള്ള അംശബന്ധത്തെക്കുറിച്ച് ചിന്തിക്കാനും തുടങ്ങിയിരിക്കാം. ചക്രം ഒരു വട്ടം പൂർണ്ണമായി കറങ്ങുമ്പോൾ എത്ര ദൂരം മുന്നോട്ടു പോയി എന്ന ചോദ്യത്തിൽ നിന്നാവാം ആ തുടക്കം. വ്യാസത്തിന്റെ മൂന്നു മടങ്ങിനെക്കാൾ ഇത്തിരി കൂടുതലാണ് ആ സംഖ്യ എന്നു വളരെ മുമ്പു തന്നെ കണ്ടെത്തിയിട്ടുണ്ടാവണം. ആ ഇത്തിരി എത്രയാണ് എന്നു കണ്ടെത്താനുള്ള ശ്രമമായിരിക്കും പിന്നീട് നടന്നിട്ടുണ്ടാവുക. വളരെക്കാലത്തെ അളവുകളുടെയും ശ്രമങ്ങളുടെയും ഒടുവിൽ ഈ ഇത്തിരി ഏകദേശം വ്യാസത്തിന്റെ ഒമ്പതിൽ ഒരുഭാഗമാണ് എന്നു കണ്ടെത്തുകയായിരുന്നു. അഹ്മസ് എന്നറിയപ്പെടുന്ന ഈജിപ്തുകാരനായ ഒരു പകർത്തിയെഴുത്തുകാരൻ (scribe) 1650 -ൽ രേഖപ്പെടുത്തിവെച്ചത് എന്നു കരുതപ്പെടുന്ന റിന്റ് പാപ്പിറസിൽ ഇത്തരത്തിലുള്ള ഒരു നിരിക്ഷണമുണ്ട്.

(ഏകദേശം എൺപത്തിയഞ്ചോളം ഗണിതപ്രശ്നങ്ങളടങ്ങിയ പ്രാചീനരേഖയാണ് റിന്റ് പാപ്പിറസ്. സ്കോട്ടുലാന്റുകാരനായ അലക്സാന്റർ ഹെൻറി റിന്റ് എന്ന ചരിത്രകാരൻ 1858 -ൽ ഇത് വാങ്ങിക്കുകയായിരുന്നു. പതിനെട്ടടി നീളവും ഒരടി വീതിയുമുള്ള ഈ കൂറ്റൻ ചുരുൾ ഇന്ന് ബ്രിട്ടീഷുമ്യൂസിയത്തിൽ സൂക്ഷിച്ചിരിക്കുകയാണ്.) റിന്റ് പാപ്പിറസിൽ പറയുന്നതിങ്ങനെയാണ്, 'ഒരു വൃത്തത്തിലെ വ്യാസത്തിന്റെ ഒമ്പതിൽ എട്ടുഭാഗം വശമായി വരുന്ന ഒരു സമചതുരം നിർമ്മിച്ചാൽ, സമചതുരത്തിന്റെ വിസ്തീർണ്ണവും വൃത്തത്തിന്റെ വിസ്തീർണ്ണവും തുല്യമായിരിക്കും.' (പരിധിയും വ്യാസവുമായുള്ള അംശബന്ധത്തെക്കുറിച്ചു ചിന്തിക്കുന്നതിനു പകരം സമചതുരത്തിന്റെ വിസ്തീർണ്ണവുമായി ബന്ധപ്പെടുത്തുന്നതിൽ ചരിത്രപരമായ ഒരു പ്രധാന്യവും കൂടിയുണ്ട്. അടുത്ത അധ്യായത്തിൽ നമുക്കതു വിശദമായി ചർച്ച ചെയ്യാം.) അതിനു മുമ്പ് റിന്റ് പാപ്പിറസിലെ നിഗമനം ആധുനികഗണിതത്തിന്റെ ഭാഷയിലേക്കു നമുക്കൊന്ന് മാറ്റിയെഴുതി നോക്കാം. ഒരു വൃത്തത്തിന്റെ വ്യാസം d എന്നു സങ്കല്പിച്ചാൽ മുകളിൽ കൊടുത്ത നിരീക്ഷണത്തിലെ അനുമാനമനുസരിച്ച് സമചതുരത്തിന്റെ വശം (8/9) d ആയിരിക്കും. അതിനാൽ വിസ്തീർണ്ണം $64/81d^2$ എന്നു ലഭിക്കുന്നു. വൃത്തത്തിന്റെ വിസ്തീർണ്ണം ഇന്ന് ഏവർക്കും സുപരിചിതമായ πr^2 എന്ന സൂത്രവാക്യമുപയോഗിച്ചു കണക്കാക്കിയാൽ $(d^2/4)\pi$ എന്നു ലഭിക്കുന്നു. രണ്ടു വിലകളും തുല്യമായതിനാൽ π യുടെ വയില (64x4)/81 എന്നു ലഭിക്കും. അതായത് (256/81). ദശാംശരൂപത്തിലെഴുതിയാൽ 3.160493827 160493827…………….. ആധുനികഗണിതമുപയോഗിക്കുന്ന വിലയോടു വളരെ അടുത്തു നില്ക്കു

ന്നതാണീ വില. ഇന്നുപയോഗിക്കുന്ന വില അത്രയും ദശാംശ സ്ഥാനങ്ങളോടെ എഴുതിയാൽ 3.14159 26535 89793 238….. എന്ന താണ്.

256/81 എന്നത് പൈയുടെ വിലയോട് വളരെ അടുത്തു നി ല്ക്കുന്ന ഒരു ഭിന്നകമാണ്. സ്കൂൾ ക്ലാസുകളിൽ നാം ഉപയോഗിക്കുന്ന ഏകദേശ വില 3.14 എന്നതാണല്ലോ. 22/7 എന്ന വിലയും സാധാര ണയായി ഉപയോഗിക്കാറുണ്ട്. ഈ സംഖ്യയുടെ ദശാംശരൂപം 3.142857142857142857l……. എന്നിങ്ങനെയാണ്. പൈയുടെ വില യേക്കാൾ ഇത്തിരി കൂടുതലാണിത്. പൈയുടെ വിലയുടെ ഉച്ചപരി ധിയായി ഈ സംഖ്യ ആദ്യമായി മുന്നോട്ടു വെച്ചത് ആർക്കിമിഡിസാ ണ് എന്നു പറയപ്പെടുന്നു. (ആർക്കിമിഡിസിനു മുമ്പും ഈ വില പ്ര ചാരത്തിലുണ്ടായിരുന്നു എന്നു വിശ്വസിക്കുന്ന ചരിത്രകാരന്മാരുമുണ്ട്). ഇത്തരത്തിൽ ഏകദേശ വിലകൾ ഉപയോഗിക്കുമ്പോൾ പ്രായോഗിക തലത്തിൽ ഗണനീയമായ വ്യത്യാസങ്ങളൊന്നും ഉണ്ടാവുന്നില്ല എന്നതാ ണു സത്യം. ഏറ്റവും സൂക്ഷ്മമായ അളവുകൾ കൈകാര്യം ചെയ്യുന്ന ഒരു ടെക്നോളജിസ്റ്റിനുപോലും മൂന്നോ നാലോ ദശാംശസ്ഥാനങ്ങൾ മതി. പത്തു സ്ഥാനങ്ങൾ ഉപയോഗിച്ച് ഭൂമിയുടെ ചുറ്റളവുകണക്കാ ക്കിയാൽ വരുന്ന പിഴവ് ഒന്നോ രണ്ടോ സെന്റിമീറ്ററുകൾ മാത്രമായി രിക്കും. മുപ്പത്തിയൊൻപതു സ്ഥാനങ്ങൾ ഉപയോഗിച്ച് അറിയപ്പെടുന്ന പ്രപഞ്ചത്തിന്റെ പരിധികണക്കാക്കിയാൽ വരുന്ന പിഴവ് ഒരു ഹൈഡ്രജൻ ആറ്റത്തിന്റെ റേഡിയസിനേക്കാളും കുറവായിരിക്കും. 3.14 ഉം 22/7 നുമെല്ലാം എത്രമികച്ച വിലകളാണെന്നു വ്യക്തമായല്ലോ.

നമുക്കാവശ്യമായതെല്ലാം ഇത്ര കുറച്ചു സ്ഥാനങ്ങൾ കൊണ്ടു തന്നെ ഭംഗിയായി സാധിക്കുമെങ്കിലും പൈയുടെ വില കുടുതൽ ദശാ ംശ സ്ഥാനങ്ങളോടെ കാണുകയെന്നത് ഒരു ലഹരിയായി കൊണ്ടു നടന്നവർ എന്നുമുണ്ടായിരുന്നു. 2002 ഡിസംബറിൽ ടോക്കിയോവിലെ യസുമാസാ കനാഡാ എന്ന പ്രൊഫസറുടെ നേതൃത്വത്തിൽ ഒരു സംഘം ഗവേഷകർ 1.24 ട്രില്യൺ ദശാംശസ്ഥാനങ്ങളോടെ പൈയുടെ വില കണക്കാക്കുകയുണ്ടായി. ടോക്കിയോ സർവ്വകലാശാലയിലെ ഇൻഫർമേഷൻ ടെക്നോളജി വിഭാഗത്തിലെ ഈ ഗവേഷകർ അതിന ായി ഉപയോഗിച്ചത് ഒരു സെക്കന്റിൽ രണ്ടു ട്രില്യൺ ക്രിയകൾ സാധ്യ മായ ഒരു സൂപ്പർ കമ്പ്യൂട്ടറായിരുന്നു. അറുനൂറു മണിക്കൂറുകളാണ് അതിനായി കമ്പ്യൂട്ടർ തുടർച്ചയായി പ്രവർത്തിച്ചത്. (ഒരു ട്രില്യൺ എന്നത് ഒന്നിന്റെ കൂടെ പന്ത്രണ്ടു പൂജ്യങ്ങൾ എഴുതിയാൽ കിട്ടുന്ന സംഖ്യയാണ്. അതായത് ആയിരം ബില്യൺ. ഒരു ട്രില്യൺ സെക്കന്റു കൾ ചേർന്നാൽ മുന്നൂറ്റി പതിനേഴു നൂറ്റാണ്ടുകളാവും.) 2011ൽ ഷിഗ ുരു കോൺടോ എന്ന ജപ്പാൻകാരൻ അഞ്ചു ട്രില്യൺ ദശാംശസ്ഥാന ങ്ങളോടെ പൈയുടെ വില കണക്കാക്കുകയുണ്ടായി. അതിനായി താൻ തന്നെ നിർമ്മിച്ച ഒരു കമ്പ്യൂട്ടറാണ് കോൺടോ ഉപയോഗിച്ചത്. 90 ദിവസങ്ങൾ തുടർച്ചയായി ഈ കമ്പ്യൂട്ടർ പ്രവർത്തിപ്പിച്ചാണ് ഈ ചരി ത്രനേട്ടം സാധിച്ചത്. അതേവർഷം തന്നെ ഇത് പത്തു ട്രില്യണായി

ഉയർത്താനും കോൺടോയ്ക്കു കഴിഞ്ഞു. സവിശേഷമായ ചില അൽഗോരിതങ്ങളും പൈയുടെ വില കണക്കാക്കാൻ സഹായിക്കുന്ന ചില ശ്രേണികളും ഉപയോഗിച്ചാണ് ഇതു സാധിക്കുന്നത്.

കമ്പ്യൂട്ടറുകളെക്കുറിച്ച് സ്വപ്നം പോലും കാണാൻ കഴിയാതിരുന്ന കാലത്തും പൈയുടെ വില കണക്കാക്കിയിരുന്നു അതും അവിശ്വസനീയമായ കൃത്യതയോടെ. ആ നേട്ടം കൈവരിച്ച പ്രതിഭാശാലികളുടെ കൂട്ടത്തിൽ എടുത്തു പറയേണ്ട ഒരു പേര് ആർക്കിമിഡിസിന്റേതു തന്നെയാണ്. വൃത്തത്തിന്റെ അളവുകൾ എന്ന ആർക്കിമിഡിസിന്റെ പ്രസിദ്ധമായ ഗ്രന്ഥത്തിൽ മൂന്ന് സുപ്രധാനമായ നിരീക്ഷണങ്ങളുണ്ട്. പൈയെക്കുറിച്ചുള്ള പഠനങ്ങൾക്ക് അടിത്തറയായി മാറിയ വസ്തുതകളെന്നു വിശേഷിപ്പിക്കാവുന്നവ. ആ നിഗമനങ്ങൾ ഏതെല്ലാമാണെന്നു നോക്കാം.

1) ഒരു വൃത്തത്തിന്റെ ആരവും ചുറ്റളവും ഒരു മട്ടത്രികോണത്തിന്റെ കർണ്ണമല്ലാത്ത രണ്ടു വശങ്ങളുടെ നീളങ്ങളായാൽ വൃത്തത്തിന്റെ വിസ്തീർണ്ണവും ത്രികോണത്തിന്റെ വിസ്തീർണ്ണവും തുല്യമായിരിക്കും.

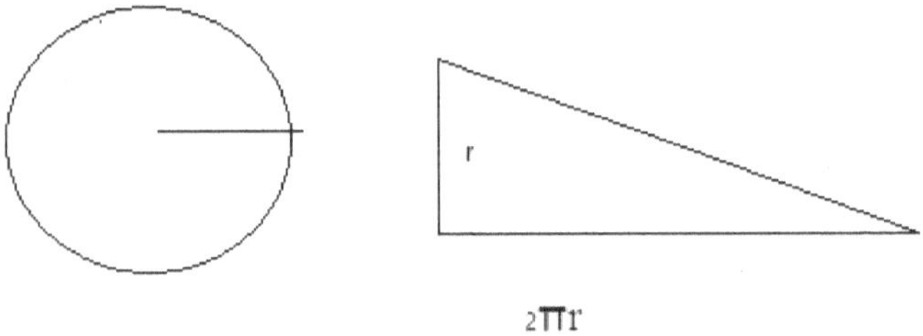

ചിത്രത്തിലെ ത്രികോണത്തിന്റെ വസ്തീർണ്ണം പാദത്തിന്റെയും ലംബത്തിന്റെയും ഗുണനഫലത്തിന്റെ പകുതിയായതിനാൽ πr^2 എന്നു ലഭിക്കുന്നു. അത് വൃത്തത്തിന്റെ വിസ്തീർണ്ണമാണല്ലോ.

2) ഒരു വൃത്തത്തിന്റെ വ്യാസം വശമായി വരുന്ന സമചതുരത്തിന്റെ വിസ്തീർണ്ണവും വൃത്തത്തിന്റെ വസ്തീർണ്ണവുമായുള്ള അംശബന്ധം 14 : 11 എന്നായിരിക്കും

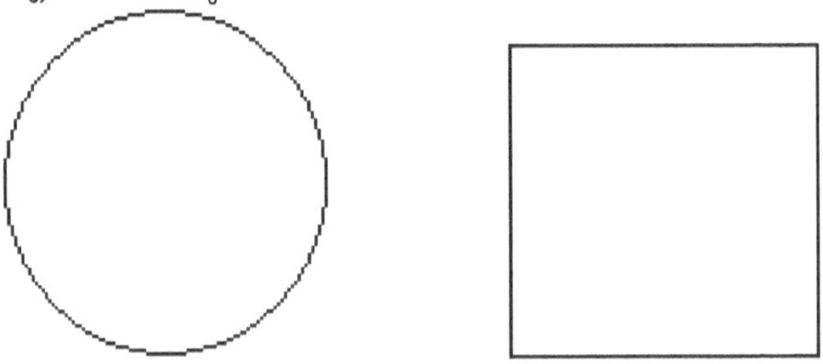

വൃത്തത്തിന്റെ വ്യാസം 2r ആയാൽ സമചതുരത്തിന്റെ വിസ്തീർണ്ണം $4r^2$ ആയിരിക്കുമല്ലോ. വൃത്തത്തിന്റെ വിസ്തീർണ്ണം πr^2 ഉം ആയതിനാൽ മുകളിൽ പറഞ്ഞ അംശബന്ധം $(4r^2/ \pi r^2) = (14/11)$. ഈ

ബന്ധത്തിൽ നിന്നും ലഭിക്കുന്ന π യുടെ വില 44/14 അതായത് 22/7.

3) ഒരു വൃത്തത്തിന്റെ പരിധി അതിന്റെ വ്യാസത്തിന്റെ (3+1/7) മടങ്ങിനേക്കാൾ കുറവും (3+ 10/71) മടങ്ങിനേക്കാൾ കൂടുതലുമായിരിക്കും.

പൈയുടെ വില 22/7 നും 223/71 നു ഇടയിലായിരിക്കും എന്നാണ് മൂന്നാമത്തെ നിരീക്ഷണം അർത്ഥമാക്കുന്നത്. ഇതിൽ 22/7 ന്റെ ദശാംശരൂപം നേരത്തെ കണ്ടതാണല്ലോ. 223/71 ന്റെ ദശാംശരൂപം 3.1408 4507 0422 5352 1126 7605 6338 0281 690 1408... എന്നിങ്ങനെയാണ്. ഇതിൽ മുപ്പത്തിയഞ്ചു ദശാംശ സ്ഥാനങ്ങൾക്കുശേഷം അക്കങ്ങൾ ആവർത്തിക്കുന്നതായി കാണാം.

ആർക്കിമിഡിസിന്റെ പ്രതിഭയും അർപ്പണബോധവും എത്ര മഹത്തായതായിരുന്നു എന്നറിയാൻ ഈയൊരു കണ്ടെത്തൽ മാത്രം മതി. തന്റെ മരണത്തിന്റെ തൊട്ടു മുമ്പുള്ള നിമിഷങ്ങളിൽ പോലും ഒരു കൊച്ചു കുഞ്ഞിന്റെ നിഷ്കളങ്കമായ കൗതുകത്തോടെ താൻ വരച്ച വൃത്തത്തിൽ നോക്കിയിരിക്കുകയായിരുന്നു ആർക്കിമിഡിസ് എന്നൊരു കഥയുണ്ട്. സിറാക്കസ് നഗരം ശത്രുക്കൾ കീഴടക്കിയതൊന്നും ആ മഹാശാസ്ത്രജ്ഞൻ അറിഞ്ഞിരുന്നില്ല. ഊരിപ്പിടിച്ച വാളുമായി മുറിലെത്തിയ പട്ടാളക്കാരനെ ആർക്കിമിഡിസ് ശ്രദ്ധിച്ചിട്ടുണ്ടാവില്ല. ഉണ്ടെങ്കിൽ തന്നെ അദ്ദേഹത്തിന്റെ ഒരേ ഒരു ഭയം വന്ന ആൾ തന്റെ വൃത്തം ചീത്തയാക്കുമോ എന്നതായിരിക്കും. വിജ്ഞാനചരിത്രത്തിലെ എക്കാലത്തെയും വലിയ ഗണിതജ്ഞരിൽ ഒരാളുടെ തലയാണ് താൻ വെട്ടിക്കളയുന്നത് എന്ന് ആ പട്ടാളക്കാരനറിയില്ലല്ലോ.

ഇതൊരു കല്പിത കഥ മാത്രമാണോ എന്ന ചോദ്യം ചരിത്രത്തിന് വിട്ടുകൊടുത്തു കൊണ്ട് ആർക്കിമിഡിസ് എങ്ങനെയാണ് തന്റെ നിഗമനങ്ങളിലെത്തിച്ചേർന്നത് എന്നു നോക്കാം. ഒരു വൃത്തത്തിൽ അന്തർലേഖനം ചെയതിരിക്കുന്ന ഒരു ബഹുഭുജത്തിന്റെ ചുറ്റളവും വൃത്തത്തിന്റെ ചുറ്റളവും താരതമ്യം ചെയ്യുക എന്നതാണ് ആ സവിശേഷരീതിയുടെ സാരാംശം. ബഹുഭുജത്തിന്റെ വശങ്ങളുടെ എണ്ണം കൂടും തോറും ഈ അളവുകൾക്കിടയിലെ വ്യത്യാസം കുറഞ്ഞു വരുന്നതു കാണാം. ഒരു വൃത്തത്തിന്റെ വ്യാസം ഒരു യൂനിറ്റാണെങ്കിൽ ചുറ്റളവ് π യൂനിറ്റാണല്ലോ. ആ വൃത്തത്തിൽ അന്തർലേഖനം ചെയ്തിരിക്കുന്ന സമഭുജത്രികോണത്തിന്റെ ചുറ്റളവ് 2.598076211353... എന്നാണ്. അന്തർ ലേഖനം ചെയ്തത് സമചതുരമാണെങ്കിൽ ചുറ്റളവ് 2.828427124746.. എന്നിങ്ങനെയാണ്. വശങ്ങളുടെ എണ്ണം ആറാകുമ്പോൾ ചുറ്റളവ് മൂന്നിലെത്തുന്ന താഴെ കൊടുത്തിരിക്കുന്ന പട്ടിക കാണുക. ഒരു യൂനിറ്റ് വ്യാസമുള്ള വൃത്തത്തിൽ അന്തർലേഖനം ചെയ്തിരിക്കുന്ന ബഹുഭുജങ്ങളുടെ എണ്ണമാണ് ഒന്നാമത്തെ കള്ളിയിൽ. അവയുടെ വിസ്തീർണ്ണമാണ് രണ്ടാമത്തെതിൽ

വശങ്ങളുടെ എണ്ണം	ചുറ്റളവ്
3	2.598076211353...
4	2.828427124746...
5	2.938926261462...
6	3.000000000000...
9	3.078181289931...
12	3.105828541230...
15	3.118675362266...
36	3.137606738915...
90	3.140954703225...
180	3.141433158711...
500	3.141571982779...
1000	3.141571982779...
10000	3.141592601912...

വൃത്തത്തിന്റെ വ്യാസം ഒരു യൂനിറ്റായതിനാൽ ചുറ്റളവ് π യൂനിറ്റായിരിക്കുമല്ലോ. വശങ്ങളുടെ എണ്ണം കൂടുംതോറും ബഹുഭുജത്തിന്റെ ചുറ്റളവും വൃത്തത്തിന്റെ ചുറ്റളവും തമ്മിലുള്ള വ്യത്യാസം കുറഞ്ഞു വരുന്നു. അതിനാൽ മുകളിലത്തെ പട്ടികയിൽ രണ്ടാമത്തെ കള്ളിയിലുള്ളത് പൈയുടെ ഏകദേശ വിലകളാണ്. അവസാനത്തെ വരി ശ്രദ്ധിച്ചല്ലോ. പൈയുടെ വിലയുമായി ആദ്യത്തെ ഏഴു ദശാംശസ്ഥാനങ്ങളിൽ വ്യത്യാസമൊന്നുമില്ല.

ഒരു വൃത്തത്തെ പരിലേഖനം ചെയ്തിരിക്കുന്ന ബഹുഭുജത്തിന്റെ ചുറ്റളവുപയോഗിച്ചും പൈയുടെ വില കണക്കാക്കാം. ഇങ്ങനെ പരിലേഖനം ചെയ്തിരിക്കുന്ന ബഹുഭുജത്തിന്റെ ചുറ്റളവ് വൃത്തത്തിന്റെ ചുറ്റളവിനേക്കാൾ കൂടുതലായിരിക്കുമല്ലോ. വൃത്തത്തിന്റെ വ്യാസം ഒരു യൂനിറ്റായാൽ അതിനെ പരിലേഖനം ചെയ്ത ബഹുഭുജത്തിന്റെ ചുറ്റളവുകളാണ് താഴെ കൊടുത്ത പട്ടികയിൽ.

വശങ്ങളുടെ എണ്ണം	ചുറ്റളവ്
3	5.196152422706...
4	4.000000000000...
5	3. 632712640026...
6	3.464101615137...
9	3.275732108395...
12	3.215390309173...
15	3.188348425050...
36	3.149591886933...
90	3.142869254257...
180	3.141911687079...
500	3.141633995944...
1000	3.141602989056...
10000	3.141592756944...

പരിലേഖനം ചെയ്തിരിക്കുന്ന ബഹുഭുജത്തിന്റെ വശങ്ങളുടെ എണ്ണം കൂടുന്തോറും ചുറ്റളവ് വൃത്തത്തിന്റെ ചുറ്റളവായ π യോട് അടുക്കുന്നു. (വൃത്തത്തിന്റെ വ്യാസം ഒരു യൂനിറ്റാണ് എന്നതു മറന്നിട്ടില്ലല്ലോ.) ഈ രണ്ടു പട്ടികയിലെയും അളവുകളുടെ ശരാശരി കണക്കാക്കിയാൽ πയോട് കുറെക്കൂടി അടുത്ത വിലകൾ ലഭിക്കുന്നു.

ആർക്കിമിഡിസ് അവലംബിച്ച രീതി ഇതു തന്നെയായിരുന്നു. എന്നാൽ ഇത്രയും ക്രിയകളൊന്നും അക്കാലത്ത് സാധ്യമായിരുന്നില്ല. ഇലക്ട്രോണിക് കാൽക്കുലേറ്ററിന്റെ സഹായത്തോടെ മാത്രമെ ഇതു സാധിക്കുകയുള്ളു. കൂടാതെ ത്രികോണമിതി എന്ന ഗണിതശാഖയിലെ ചില വസ്തുതകളും ഇവിടെ ഉപയോഗിക്കുന്നുണ്ട്. അതൊന്നും ആർക്കിമിഡിസിന്റെ കാലത്തെ സ്വപ്നങ്ങളിൽ പോലുമുണ്ടായിരുന്നില്ല. അതു മാത്രമല്ല ഇന്ന് മാനവരാശി പങ്കിട്ടനുഭവിക്കുന്ന സ്ഥാനവില എന്ന സൗകര്യവും അന്നുണ്ടായിരുന്നില്ല. എങ്കിലും 96 വശങ്ങളുള്ള ബഹുഭുജങ്ങളുപയോഗിച്ച് പൈയുടെ വില (3+ 1/7) നും (3+10/71) നും ഇടയിലാണെന്ന് ആർക്കിമിഡിസ് കണക്കാക്കുകയുണ്ടായി. തികച്ചും മഹത്തായ നേട്ടം. എന്നാൽ ആർക്കിമിഡിസ് ഏറെ ഇഷ്ടപ്പെട്ടിരുന്ന കണ്ടെത്തൽ ഇതായിരുന്നില്ല. തന്റെ ശവകുടീരത്തിൽ ഒരു സിലിണ്ട

റും അതിൽ ഉൾക്കൊള്ളിച്ചിരിക്കുന്ന പരമാവധി വലിപ്പമുള്ള ഒരു ഗോളവും അടങ്ങിയ രൂപം ആലേഖനം ചെയ്യണമെന്ന് ആർക്കിമിഡിസ് ആവശ്യപ്പെട്ടിരുന്നു. ഒപ്പം ഈ രണ്ടു രൂപങ്ങളുടെയും വ്യാപ്തങ്ങളുടെ അംശബന്ധവും.

ഈ അംശബന്ധം നമുക്കൊന്നു കണക്കാക്കിനോക്കാം. ഗോളത്തിന്റെ ആരം r ആയാൽ വ്യാപ്തം $(4/3)\pi r^3$ എന്നായിരിക്കുമല്ലോ. സിലിണ്ടറിന്റ പാദത്തിന്റെ ആരവും r തന്നെയായിരിക്കും. പാദവിസ്തീർണ്ണത്തെ ഉന്നതി കൊണ്ടു ഗുണിച്ചാൽ സിലിണ്ടറിന്റെ വ്യാപ്തമാവും. അതിനാൽ സിലിണ്ടറിന്റെ വ്യാപ്തം $(\pi r^2)(2r)$ അതായത് $2\pi r^3$ എന്നു ലഭിക്കുന്നു. വ്യാപ്തങ്ങളുടെ അംശബന്ധം $(4/3)\pi r^3 / 2\pi r^3 = 2/3$. ഇവിടെ രസകരമായ മറ്റൊരു വസ്തുത ഈ രണ്ടു രൂപങ്ങളുടെ ഉപരിതലവിസ്തീർണ്ണങ്ങളും ഇതേ അംശബന്ധത്തിൽ തന്നെയാണ് എന്നതാണ്. വൃത്തത്തിന്റെ ഉപരിതല വിസ്തീർണ്ണം $4\pi r^2$ ആണല്ലോ. സിലിണ്ടറിന്റെ ഉപരിതല വിസ്തീർണ്ണം പാർശ്വതലവിസ്തീർണ്ണവും രണ്ട് പാദവിസ്തീർണ്ണവും ചേർന്നതാണ്. പാദ ചുറ്റളവിനെ ഉന്നതി കൊണ്ട് ഗുണിച്ചാൽ പാർശ്വതല വിസ്തീർണ്ണമായി. ഉന്നതിയും ഗോളത്തിന്റെ വ്യാസവും ഒന്നു തന്നെ ആയതിനാൽ പാർശ്വതല വിസ്തീർണ്ണം $4\pi r^2$ എന്നു കണക്കാക്കാം. രണ്ടു പാദവിസ്തീർണ്ണവും കൂടി ചേരുമ്പോൾ ഉപരിതല വിസ്തീർണ്ണം $6\pi r^2$. രണ്ടു രൂപങ്ങളുടെയും ഉപരിതലവിസ്തീർണ്ണങ്ങളുടെ അംശബന്ധം $4\pi r^2 : 6\pi r^2$ അതായത് 2:3 അർക്കിമിഡിസ് തന്റെ ശവകുടീരത്തീൽ ആലേഖനം ചെയ്യപ്പെടണമെന്ന് ആഗ്രഹിച്ച അംശബന്ധം.

മൂന്നു
ക്ലാസിക്ക് പ്രശ്നങ്ങൾ

*'മോബസ് സൈക്കോ മെറ്ററിക്കസ്'*എന്നു കേട്ടിട്ടുണ്ടോ. ഒരു രോഗത്തിന്റെ പേരു പോലെയുണ്ട് അല്ലേ. തീർച്ചയായും അതൊരു രോഗം തന്നെയാണ്. പരമ്പരാഗതമായി വൈദ്യശാസ്ത്രം കൈകാര്യം ചെയ്യുന്ന രോഗങ്ങളിൽ നിന്നെല്ലാം തികച്ചും വ്യത്യസ്തമായ ഒന്ന്. ഈ രോഗം ബാധിച്ചയാൾ പ്രധാനമായും ചെയ്യുക ഒരു കോമ്പസ്സുപയോഗിച്ച് കുറെ ചിത്രങ്ങൾ വരച്ചു കൂട്ടുക എന്നതായിരിക്കും. ഒരു വൃത്തത്തിന്റെ തുല്യ വിസ്തീർണ്ണമുള്ള സമചതുരം നിർമ്മിക്കുക എന്ന തികച്ചും അസാധ്യമായ ഒരു കാര്യത്തിനു വേണ്ടിയുള്ള ശ്രമമാണത്. നൂറ്റാണ്ടുകളായി ഗണിതലോകത്തിൽ നിലനിന്നിരുന്ന പ്രധാന പ്രശ്നങ്ങളിലൊന്നിന്റെ ഉത്തരം കണ്ടെത്താനുള്ള ശ്രമങ്ങളെ രസകരമായ ഈ പേരു കൊണ്ട് വിശേഷിപ്പിത് ദേ-മോർഗൻ എന്ന പ്രസിദ്ധനായ ഗണിതജ്ഞനാണ്. അസാധ്യമായതിനാൽ പ്രസിദ്ധിയാർജ്ജിച്ച മൂന്നു ക്ലാസിക്കു പ്രശ്നങ്ങളിലൊന്നാണിത്. ഈ പ്രശ്നത്തെ കുറിച്ച് കൂടുതൽ മനസ്സിലാക്കാനായി നമുക്ക് 'റൂളർ കോമ്പസ്സ് നിർമ്മിതികൾ' എന്നറിയപ്പെടുന്ന ജ്യാമിതീയ പ്രശ്നങ്ങൾക്കായി അല്പസമയം ചെലവഴിക്കാം.

പൂർണ്ണസംഖ്യകളും അവയുടെ അംശബന്ധവുമുപയോഗിച്ച് പ്രപഞ്ചസത്യങ്ങളെ മുഴുവനും വ്യാഖ്യാനിക്കാമെന്ന പൈതഗോറിയൻ വീക്ഷണത്തെക്കുറിച്ച് മുമ്പു സൂചിപ്പിച്ചതാണല്ലോ. അതേ പോലെ വൃത്തവും രേഖയും പരിപൂർണ്ണമായ ജ്യാമിതീയ രൂപങ്ങളാണെന്നുള്ള ഒരു വിശ്വാസവും പുരാതന ഗ്രീക്കു ചിന്തകർക്കുണ്ടായിരുന്നു. മഹാനായ ദാർശനികൻ പ്ലാറ്റോയും ശിഷ്യരും ഈ വീക്ഷണമുള്ളവരായിരുന്നു. തികച്ചും ആശയപരമായ ഒരു പ്ലാറ്റോണിയൽ തലത്തിൽ നിലനില്ക്കുന്ന ഒരു വൃത്തവും രേഖയുമുണ്ടെന്നും പ്രപഞ്ചത്തിലുള്ള മറ്റെല്ലാ രൂപങ്ങളും അവയുടെ പകർപ്പുകളാണെന്നുമുള്ള വിശ്വാസം

ആ ദർശനത്തിന്റെ ഭാഗമായിരുന്നു. 'ദൈവം ഒരു ക്ഷേത്രഗണിതജ്ഞ നാണ് (God is a Geometer)' എന്ന പ്ലാറ്റോയുടെ വാക്കുകളോർക്കുക. ഈയൊരു വിശ്വാസത്തിൽ നിന്നാണ് റൂളർ കോമ്പസ്സ് നിർമ്മിതികൾ എന്ന ആശയം രൂപപ്പെടുന്നത്. വൃത്തം വരയ്ക്കാനുപയോഗിക്കുന്ന ഒരു കോമ്പസ്സും അങ്കനം ചെയ്തിട്ടില്ലാത്ത ഒരു റൂളറും മാത്രമുപയോ ഗിച്ച് ജ്യാമിതീയ രൂപങ്ങൾ നിർമ്മിക്കുക എന്നതാണ് ഇവിടെ അർത്ഥ മാക്കുന്നത്. റൂളർ ഉപയോഗിക്കുന്നത് രേഖ വരയ്ക്കാൻ മാത്രമായി രിക്കണം. അളവുകൾ ഉപയോഗിക്കരുത് എന്നു സാരം. ഇത്തരത്തി ലുള്ള അനേകം റൂളർ കോമ്പസ് നിർമ്മിതികൾ സാധ്യമാണ്. യൂക്ലിഡി ന്റെ എലമെന്റ്സിൽ ഈ രീതിയിലുള്ള നിർമ്മിതികളെക്കുറിച്ച് പറയു ന്നുണ്ട്. ഒരു രേഖാഖണ്ഡത്തിന്റെ ലംബസമഭാജി, ഒരു കോണിന്റെ രണ്ടു തുല്യകോണുകളായി ഭാഗിക്കൽ, ഒരു രേഖയ്ക്കു സമാന്തരമായ മറ്റൊരു രേഖ വരയ്ക്കുന്നത്, ഒരു ബഹുഭുജത്തിന്റെ തുല്യവിസ്തീർണ്ണ മുള്ള സമചതുരം നിർമ്മിക്കൽ ഇവയെല്ലാം മുകളിൽ പറഞ്ഞ നിബ ന്ധനകൾക്കു വിധേയമായി സാധിക്കുന്നവയാണ്.

റൂളർ കോമ്പസ്സ് നിർമ്മിതിയിലെ വ്യവസ്തകൾക്കു വിധേയ മായിക്കൊണ്ട് പരിഹാരം സാധ്യമല്ലാത്തതിനാൽ പ്രസിദ്ധിയാർജ്ജിച്ച മൂന്നു പ്രശ്നങ്ങളുണ്ട്. തന്നിരിക്കുന്ന കോണിന്റെ മൂന്നിലൊന്ന് അള വുള്ള ഒരു കോൺ നിർമ്മിക്കുക, ഒരു വൃത്തത്തിന്റെ തുല്യവിസ്തീ ർണ്ണമുള്ള സമചതുരം നിർമ്മിക്കുക, ഒരു ക്യൂബിന്റെ ഇരട്ടി വ്യാപ്ത മുള്ള മറ്റൊരു ക്യൂബ് നിർമ്മിക്കുക എന്നിവയാണവ. ഉത്തരമില്ലാത്ത പ്രശ്നങ്ങളാണെങ്കിലും ഗണിതത്തിലെ പല കണ്ടെത്തലുകൾക്കും കാരണമായ പ്രശ്നങ്ങളാണവ. അതുകൊണ്ടു തന്നെ ഗണിത ചരിത്ര ത്തിൽ അവയ്ക്ക് സുപ്രധാനമായ സ്ഥാനമുണ്ട്. രണ്ടു സഹസ്രാ ബ്ദങ്ങൾ ഗണിതലോകം സജീവമായി ചർച്ച ചെയ്ത പ്രശ്നങ്ങളാ ണിവ. ഇവയിൽ ഏറ്റവും പ്രചാരം ലഭിച്ചത് രണ്ടാമതു പറഞ്ഞ പ്ര ശ്നത്തിനാണ്. പൈയുടെ സവിശേഷതയുമായി ബന്ധപ്പെട്ടത് ഈ പ്രശ്നമാണല്ലോ. വൃത്തത്തെ ചതുരീകരിക്കൽ (squaring the circle) എന്നാണ് ഈ പ്രശ്നം പരക്കെ അറിയപ്പെടുന്നത്.

ആധുനികഗണിതത്തിന്റെ ഭാഷയിൽ പറഞ്ഞാൽ വൃത്തത്തെ ചതുരീകരിക്കാൻ കഴിയണമെങ്കിൽ π ഒരു ആൽജിബ്രായിക് സംഖ്യ യായിരിക്കണം. പൂർണ്ണസംഖ്യകൾ ഗുണോത്തരങ്ങളായ (coefficients) ഒരു പോളിനോമിയലിന്റെ മൂല്യം (zero, root) ആകാവുന്ന സംഖ്യക ളെയാണ് ആൽജിബ്രായിക് സംഖ്യകൾ എന്നു വിശേഷിപ്പിക്കുന്നത്. ഭിന്നകങ്ങളെല്ലാം ആൽജിബ്രായിക്കാണ്. അഭിന്നകങ്ങളുടെ കൂട്ടത്തിൽ

$\sqrt{2}, \sqrt{3}, \sqrt{5}$...... എന്നിവയെല്ലാം ആൽജിബ്രായിക് സംഖ്യകളിൽ പെടുന്നു.

$x^2 - 2$ എന്ന പോളിനോമിയലിന്റെ റൂട്ട് ആണല്ലോ $\sqrt{2}$. ഈ വില ചര ത്തിനു നല്കുമ്പോൾ പോളിനോമിയലിന്റെ വില പൂജ്യമാകുമല്ലോ.

ഇത്തരത്തിൽ $\sqrt{3}, \sqrt{5}$ ..... എന്നിങ്ങനെയുള്ള എണ്ണൽസംഖ്യകളുടെ വർഗ്ഗമൂലങ്ങളായ അഭിന്നകങ്ങൾ ആൽജിബ്രായിക്കാണെന്ന് തിരിച്ച

റിയാൻ വിഷമമില്ലല്ലോ. ആൽജിബ്രായിക് അല്ലാത്ത അഭിന്നകങ്ങളെ അതീതസംഖ്യകൾ (transcendendal numbers) എന്നാണ് വിശേഷിപ്പിക്കുന്നത്. തുടർച്ചയായ സങ്കലനം, ഗുണനം, റൂട്ട് കാണൽ എന്നീ ക്രിയകളിലൂടെ ചെന്നെത്താവുന്ന സംഖ്യകൾ എന്ന് ആൽജിബ്രായിക് സംഖ്യകളെ സാമാന്യമായി വിശേഷിപ്പിക്കാം. ഇത്തരത്തിൽ നിർണ്ണയിക്കാനാവാത്തവ എന്ന അർത്ഥത്തിലാണ് അതീതസംഖ്യകൾ എന്ന പേര് വന്നത്. പൈ ഒരു അതീതസംഖ്യയാണ്. 1882 ൽ ലിന്റ്മാൻ (Ferdinand Lindemann, 1852-1939) എന്ന ജർമൻ ഗണിതജ്ഞനാണ് പൈ ഒരു അതീതസംഖ്യയാണ് എന്നതിന്റെ തെളിവു കണ്ടെത്തിയത്. അതിനും ഒരു നൂറ്റാണ്ടു മുമ്പ് മഹാനായ ഗണിതജ്ഞൻ ഓയ്‌ലർ പൈ അതീതസംഖ്യയാണെന്നു സംശയിച്ചിരുന്നു. എന്നാൽ യുക്തിഭദ്രമായി അതു തെളിയിക്കാൻ ഓയ്‌ലർക്കു കഴിഞ്ഞില്ല. അതു കഴിഞ്ഞത് ലിന്റ്മാനാണെന്നു മാത്രം. ലിന്റ്മാന്റെ തെളിവ് വന്നതോടെ വൃത്തത്തെ ചതുരീകരിക്കുക എന്ന പ്രശ്നം അസാധ്യമെന്ന വിധിയെഴുത്തോടെ ചരിത്രപ്രാധാന്യം മാത്രമുള്ളതായി ചുരുങ്ങി.

ഗ്രീക്കുചിന്തകർക്കു ശേഷം പല ഗണിതജ്ഞരും കുറെക്കൂടി കർശനമായ നിബന്ധനകളോടെയുള്ള റൂളർ കോമ്പസ്സ് നിർമ്മിതികളെക്കുറിച്ച് ചിന്തിക്കുകയുണ്ടായി. പത്താം നൂറ്റാണ്ടിൽ ജീവിച്ചിരുന്ന അബുൽ വഫാ എന്ന പേർഷ്യൻ ഗണിതജ്ഞൻ റൂളറും ആരത്തിനു മാറ്റം വരുത്താൻ കഴിയാത്ത കോമ്പസ്സും ഉപയോഗിച്ച് സാധ്യമാകുന്ന ചില നിർമ്മിതികളെക്കുറിച്ചു പറയുന്നുണ്ട്. (തുരുമ്പുപിടിച്ച് കാലുകൾ ഉറച്ചു പോയ ഒരു കോമ്പസ്സ് ഇത്തരത്തിലുള്ളതാണല്ലോ.) ഒരു രേഖാഖണ്ഡത്തെ രണ്ടു തുല്യഭാഗങ്ങളാക്കുന്നതും ഒരു കോണിന്റെ സമഭാജി വരയ്ക്കുന്നതും ഈ രീതിയിൽ സാധ്യമാകുന്ന ലളിതമായ രണ്ടു നിർമ്മിതികളാണ്. പത്തൊമ്പതാം നൂറ്റാണ്ടിൽ ജീവിച്ചിരുന്ന ഫ്രഞ്ചു ഗണിതജ്ഞനായ വിക്ടർ പോറിസ്‌ലെ മുന്നോട്ടു വെച്ചൊരു തിയറം ഇങ്ങനെയായിരുന്നു, *'റൂളറും കോമ്പസ്സും ഉപയോഗിച്ച് സാധ്യമാകുന്ന എല്ലാ നിർമ്മിതികളും റൂളറും കാലുകൾ ഉറച്ചു പോയ ഒരു കോമ്പസ്സും ഉപയോഗിച്ച് സാധ്യമാവുന്നതാണ്'*. സ്വിറ്റ്സർലാന്റുകാരനായ ജേക്കബ് സ്റ്റീനർ എന്ന ഗണിതജ്ഞനാണ് ഈ വസ്തുത യുക്തി ഭദ്രമായി തെളിയിച്ചത്. ഇവരുടെ കണ്ടെത്തലുകളിൽ നിന്നും രൂപപ്പെട്ട മറ്റൊരു വസ്തുതയുണ്ട്. റുളർ കോമ്പസ്സ് നിർമ്മിതികളെല്ലാം ഒരു റൂളർ മാത്രമുപയോഗിച്ച് സാധ്യമാവും എന്നതാണത്. അതിന് ഒരു വൃത്തവും അതിന്റെ കേന്ദ്രവും ആ തലത്തിൽ ഉണ്ടാവണമെന്നു മാത്രം. വൃത്തം പുർണ്ണമായി വേണമെന്നില്ല, അതിന്റെ ഒരു ഭാഗം (ചാപം) മാത്രമായാലും മതി.

ഇറ്റാലിയൻ ഗണിതജ്ഞനായ ലോറൻസോ മാഷറോണി, റൂളർ കോമ്പസ്സ് നിർമ്മിതികളെല്ലാം തന്നെ ഒരു കോമ്പസ് മാത്രമുപയോഗിച്ച് സാധ്യമാണെന്നു കണ്ടെത്തുകയുണ്ടായി. ഇവിടെ കോമ്പസ് ആരത്തിനു മാറ്റം വരുത്താവുന്നതായിരിക്കണം. ചാപങ്ങൾ ഖണ്ഡിച്ചുണ്ടാകുന്ന രണ്ടു ബിന്ദുക്കൾ ഒരു രേഖയെ നിർണ്ണയിക്കുന്നുവെന്ന വസ്തുത മന

നെപ്പോളിയൻ ബോണാപ്പാർട്ട്

സ്സിലുണ്ടാവുകയും വേണം. ഏറ്റവും ലളിതമായൊരു മാഷറോണി നിർമ്മിതിയാണ് ഒരു രേഖാഖണ്ഡത്തിന്റെ ഇരട്ടി നീളമുള്ള മറ്റൊന്ന് നിർമ്മിക്കുക എന്നത്. രണ്ട് വൃത്തങ്ങൾ ഖണ്ഡിക്കുന്ന ബിന്ദുക്കൾ കണ്ടെത്തുക, ഒരു വൃത്തത്തിന്റെ ചാപത്തെ രണ്ടു തുല്യഭാഗങ്ങളാക്കുക, ഒരു വൃത്തവും രേഖയുമായുള്ള സംഗമബിന്ദുക്കൾ കണ്ടെത്തുക എന്നിവ മാഷറോണി നിർമ്മിതികളാണ്. മാഹറോണിയുടെ പുസ്തകത്തിലെ ഒരു പ്രധാനപ്രശ്നം അറിയപ്പെടുന്നത് നെപ്പോളിയൻ പ്രശ്നം എന്നാണ്. ഈ പ്രശ്നം മാഷറോണിയുടെ മുന്നിൽ കൊണ്ടുവന്നത് നെപ്പോളിയൻ ബോണാപ്പാട്ടാണ്. മാഷറോണി നിർമ്മിതികളിൽ ഒട്ടുമിക്കവയും ധീരനായ ഈ സൈന്യാധിപന് അറിയാമായിരുന്നു. ഫ്രഞ്ചു ഗണിതജ്ഞർക്ക് മാഷറോണി നിർമ്മിതികൾ പരിചയപ്പെടുത്തിക്കൊടുത്തത് നെപ്പോളിയനാണെന്ന് വിശ്വസിക്കപ്പെടുന്നു. ഇനി നെപ്പോളിയൻ പ്രശ്നം എന്താണെന്നു നോക്കാം. കോമ്പസ്സും റൂളറും ഉപയോഗിച്ചു ഒരു വൃത്തത്തെ നാലു തുല്യഭാഗങ്ങളാക്കുക എന്നതാണത്. അതായത് ഒരു വൃത്തത്തിൽ അന്തർലേഖനം ചെയ്തിരിക്കുന്ന സമചതുരത്തിന്റെ ശീർഷങ്ങൾ കണ്ടു പിടിക്കുക എന്നും പറയാം.

'ക്യൂബിനെ ഇരട്ടിക്കൽ' എന്ന മൂന്നാമത്തെ പ്രശ്നവുമായി ബന്ധപ്പെട്ട ഒരു ഐതിഹ്യമുണ്ട്. 430 ബി.സി. യിൽ അഥീനിയയിൽ ഒരു പകർച്ചപ്പനി പടർന്നു പിടിച്ചു. അപ്പോളൊ ദേവന്റെ കോപമാണ് അതിനു കാരണമെന്നായിരുന്നു ഓറിക്കിളിന്റെ അരുളപ്പാട്. ദേവനെ പ്രീതിപ്പെടുത്താനായി ഒരു മാർഗ്ഗവും നിർദ്ദേശിക്കപ്പെട്ടു. അഥീനിയായിലെ

ലിയോണാഡോ ഡാവിഞ്ചി

ക്ഷേത്രത്തിലെ ദേവന്റെ ബലിപീഠം ഇരട്ടി വലിപ്പമുള്ളതാക്കുക എന്നതായിരുന്നു അത്. ക്യൂബിന്റെ ആകൃതിയായിരുന്നു ആ ബലിപീഠത്തിന്. എന്നാൽ അതത്ര എളുപ്പമല്ലെന്ന് അവർ പെട്ടെന്നു തന്നെ തിരിച്ചറിഞ്ഞു. ഒരു ക്യൂബിന്റെ വക്കിന് ഒരു യൂനിറ്റ് നീളമാണെന്നു സങ്കല്പിക്കുക. അപ്പോൾ വ്യാപ്തം ഒരു ഘനയൂനിറ്റ് ആയിരിക്കുമല്ലോ. ഇരട്ടിയാക്കുമ്പോൾ വ്യാപ്തം 2 യൂനിറ്റാകും. അപ്പോൾ വശം $x^3 - 2 = 0$ എന്ന സമവാക്യത്തിന്റെ മൂല്യമായിരിക്കും. എന്നാൽ ഈ സംഖ്യ റൂളർ കോമ്പസ്സ് നിർമ്മിതിക്കു വഴങ്ങുന്നതല്ല എന്ന് ആധുനിക ഗണിതത്തിന്റ സവിശേഷ സങ്കേതങ്ങളുപയോഗിച്ച് തെളിയിക്കാൻ കഴിയും.

നവോത്ഥാന കാലഘട്ടത്തിലെ പല ചിന്തകരും റൂളർ കോമ്പസ്സ് നിർമ്മിതികളിൽ അതീവ താല്പര്യമുള്ളവരായിരുന്നു. അക്കൂട്ടത്തിൽ മഹാനായ ചിത്രകാരൻ ലിയോണാഡോ ഡാവിഞ്ചിയും ഉൾപ്പെടുന്നു. ഒരു വൃത്തത്തിന്റെ വിസ്തീർണ്ണം കാണാനുള്ള ഒരു മാർഗ്ഗം ഡാവിഞ്ചി മുന്നോട്ടു വെക്കുന്നുണ്ട്. ഒരു ചക്രത്തിന്റെ വീതി ആരത്തിന്റെ പകുതിയാണെന്നു കരുതുക. ഈ ചക്രം ഒരു തവണയുരുളുമ്പോൾ നിലത്തുണ്ടാകുന്ന പാടിന്റെ വിസ്തിർണ്ണം ചക്രം നിർണ്ണയിക്കുന്ന വൃത്തത്തിന്റെ വിസ്തീർണ്ണത്തിനു തുല്യമായിരിക്കും എന്നതാണത്. നിലത്തുണ്ടാവുന്ന പാട് ഒരു ചതുരമായിരിക്കുമല്ലോ. അതിന്റെ നീളം $2\pi r$ ഉം വീതി $r/2$ വുമായിരിക്കുമല്ലോ.

അപ്പോൾ വിസ്തീർണ്ണം = നീളം$\times$ വീതി = πr^2 എന്നു ലഭിക്കും. അത് വൃത്തത്തിന്റെ വിസ്തീർണ്ണത്തിനു തുല്യമാണല്ലോ.

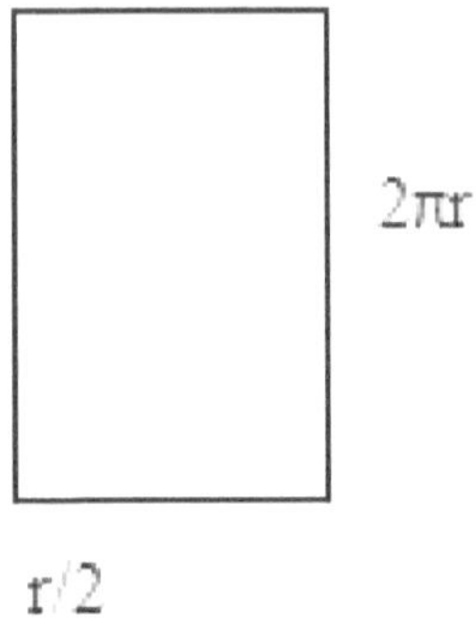

റൂളർ കോമ്പസ് നിർമ്മിതികളിലെ വ്യവസ്ഥകളിൽ ചെറിയ മാറ്റങ്ങൾ വരുത്തിയാൽ ഈ നിർമ്മിതികൾ മൂന്നും സാധ്യമാവും. റൂളർ ഉപയോഗിച്ച് ഏതെങ്കിലും തരത്തിലുള്ള അളവുകൾ കണ്ടെത്താൻ ശ്രമിക്കുന്നത് ഇത്തരത്തിലുള്ള ഒരു 'വെള്ളം ചേർക്ക'ലാണ്. ഒരു കോണിന്റെ മൂന്നിലൊന്ന് വലിപ്പമുള്ള മറ്റൊരുകോൺ കണ്ടെത്താനുള്ള ഒരു മാർഗ്ഗം ആർക്കിമിഡിസിന്റേതായുണ്ട്.

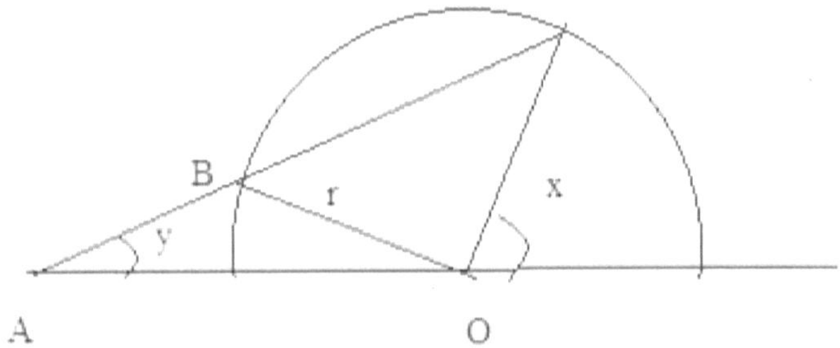

ചിത്രത്തിൽ കാണിച്ചതു പോലെ x അളവുള്ള ഒരു കോൺ തന്നിട്ടുണ്ടെന്നു കരുതുക. കോണിന്റെ ഒരു ഭുജം ഇടതുവശത്തേക്കു നീട്ടി വരച്ചിരിക്കുന്നു. കോണിന്റെ ശീർഷം കേന്ദ്രമായ ഒരു അർദ്ധവൃത്തം വരച്ചിരിക്കുന്നു. റൂളറിന്റെ വക്കിൽ AB എന്ന അകലം വൃത്തത്തിന്റെ ആരമായ r ആകത്തക്കവിധത്തിൽ A, B എന്നീ ബിന്ദുക്കൾ അടയാളപ്പെടുത്തുക. റൂളറിന്റെ വക്ക് കോണിന്റെ രണ്ടാമത്തെ ഭുജവും വൃത്തവുമായി മുട്ടുന്ന ബിന്ദുവിലൂടെ കടന്നു പോകുന്ന വിധത്തിലും B എന്ന ബിന്ദു വൃത്തത്തിലും A കോണിന്റെ നീട്ടി വരച്ച ഭുജത്തിലും വരത്തക്കവിധവും റൂളർ നിരക്കി വെക്കുക. ഇപ്പോൾ നിർണ്ണയിക്കപ്പെടുന്ന y എന്ന കോൺ x ന്റെ മൂന്നിലൊന്നായരിക്കും. (ഇതു ശരിയാണെന്നു സ്ഥാപിക്കാൻ ശ്രമിക്കുമല്ലോ.) ഇവിടെ റൂളർ, രേഖ വരയ്ക്കാൻ മാത്രമല്ല അകലം കണക്കാക്കാനും ഉപയോഗിക്കുന്നു. അതിനാൽ റൂളർ കോമ്പസ്സ് നിർമ്മിതിയിലെ നിബന്ധന ലംഘിക്കപ്പെടുന്നു.

ഇൻഡിയാനയിലെ സോളിറ്റ്യൂഡ് എന്ന സ്ഥലത്തെ ഒരു നാട്ടുവൈദ്യനായിരുന്ന ഗുഡ്വിൻ 1897 -ൽ വൃത്തത്തിനു തുല്യമായ സമചതുരം നിർമ്മിക്കാനുള്ള ഒരു മാർഗ്ഗവുമായി നിയമനിർമ്മാണ സഭയിലെ അംഗമായിരുന്ന ടെയ്‌ലർ റെയ്ക്കോഡിന്റെ അടുത്തെത്തി. കൂട്ടത്തിൽ ഇൻഡിയാന നിയമ നിർമ്മാണ സഭയിൽ ഒരു ബില്ലു കൊണ്ടു വരണമെന്ന അപേക്ഷിക്കാനും ഗുഡ്വിൻ മറന്നില്ല. ഇൻഡിയാനയിലുള്ളവർക്കെല്ലാം ആ കണ്ടെത്തൽ സൗജന്യമായി ഉപയോഗിക്കാമെന്നും മറ്റു സ്റ്റേറ്റിലുള്ളവർ റോയൽറ്റി നല്കണമെന്നും അനുശാസിക്കുന്നതായിരുന്നു ബില്ലിലെ ഉള്ളടക്കം. ബില്ലവതരിപ്പിക്കാൻ റെയ്ക്കോഡ് തയ്യാറായി. ബില്ലിലെ ഉള്ളടക്കം എഴുതിയുണ്ടാക്കിയത് ഗുഡ്വിൻ തന്നെയായിരുന്നു. സത്യത്തിൽ ആ ബില്ലിന്റെ ഉള്ളടക്കത്തെക്കുറിച്ച് തനിക്കു വ്യക്തമായ ധാരണയൊന്നുമുണ്ടായിരുന്നില്ല എന്നു റെയ്ക്കോഡ് പിന്നീട് വെളിപ്പെടുത്തുകയുണ്ടായി. ഗുഡ്വിൻ ബൗദ്ധികാവകാശം സ്ഥാപിച്ചു കിട്ടാൻ ശ്രമിച്ച ആ കണ്ടെത്തൽ എന്താണെന്നു നോക്കാം. 'ഒരു വൃത്തത്തിന്റെ ചുറ്റളവിന്റെ നാലിലൊരു ഭാഗം വശമായ സമചതുരത്തിന്റെ വസ്തീർണ്ണവും വൃത്തത്തിന്റെ വിസ്തീർണവും തുല്യമായിരുക്കും' എന്നായിരുന്നു അത്. π യുടെ വില നാല് എന്നു സ്വീകരിക്കുന്നതിന് തുല്യമാണിത്. പത്രക്കാരുടെ ഇടപെടലും ഗണിതജ്ഞരുടെ പ്രതിഷേധവുമെല്ലാമായപ്പോൾ സെനറ്റിനു മുന്നിലെത്തിയ ബില്ല് മാറ്റിവെക്കുകയായിരുന്നു.

അഞ്ചാം നൂറ്റാണ്ടിൽ ജീവിച്ചിരുന്ന ഭാരതീയഗണിതജ്ഞനായ ആര്യഭടനെക്കുറിച്ചു കേട്ടിരുന്നെങ്കിൽ ഗുഡ്വിൻ അങ്ങനെയൊരു സാഹസത്തിനു മുതിരില്ലായിരുന്നു. ബഹുഭുജത്തിന്റെ ചുറ്റളവ് കാണാനുള്ള ഒരു സൂത്രവാക്യം രൂപീകരിക്കാനും അതുപയോഗിച്ച് 384 വശങ്ങളുള്ള ഒരു ബഹുഭുജത്തിന്റെ ചുറ്റളവ് കാണാനും പൈയുടെ വില ഏകദേശം 9.8684 ന്റെ വർഗ്ഗമൂലമാണെന്നു കണ്ടെത്താനും ആര്യഭടനു കഴിഞ്ഞു. ഈ സംഖ്യ 3.141401.. എന്നതാണ്. 20000 യൂനിറ്റ് വ്യാസമുള്ള ഒരു വൃത്തത്തിന്റെ ചുറ്റളവ് 62832 യൂനിറ്റ് ആണെന്ന മറ്റൊരു നിരീക്ഷണവും ആര്യഭടന്റേതായുണ്ട്. അതായത് പൈയുടെ വില 62832/ 20000= 3.1416. അസാധാരണ പ്രതിഭ എന്നു വിശേഷിപ്പിക്കാവുന്ന ആ മഹാഗണിതജ്ഞൻ കണ്ടെത്തിയ വിലകൾ ശ്രദ്ധിച്ചല്ലോ.

ആര്യഭടൻ

ആധുനിക കമ്പ്യൂട്ടർ വിലയുമായുള്ള വ്യത്യാസം ഒരു ശതമാനത്തിന്റെ നൂറിലൊന്നു പോലുമില്ല എന്നോർക്കുക. പൈ ഒരു അഭിന്നകമാണെന്ന് ആര്യഭട്ടനറിയാമായിരുന്നു. കൂട്ടൽ കിഴിക്കൽ ഗുണനം ഹരണം എന്നീ ഗണിതക്രിയകളിലൂടെ എത്തിച്ചേരാൻ കഴിയാത്ത സംഖ്യ എന്നും പറയാം. 1806 ൽ ഫ്രഞ്ചുഗണിതജ്ഞനായിരുന്ന ലെജൻഡ്രെയാണ് (1752–1833) ഇതിന്റെ തെളിവു കണ്ടെത്തിയത്. 1767 ൽ ജർമ്മൻകാരനായ ലാംബർട്ട് (1728–1777) വിതതഭിന്നം (continued fraction) ഉപയോഗിച്ച് ഒരു തെളിവു കണ്ടെത്തിയിരുന്നു. എന്നാൽ അതിൽ ഒരു പിഴവുണ്ടായിരുന്നതായി പിന്നീട് കണ്ടെത്തുകയായിരുന്നു.

ഇത്രയൊക്കെ കുഴക്കുന്ന സംഖ്യയാണെങ്കിലും തീരെ പ്രതീക്ഷിക്കാത്ത സന്ദർഭങ്ങളിലും പൈ കടന്നു വരുന്നതു കാണാം. അത്തരമൊരു സന്ദർഭമാണ് ബഫൻ-സൂചി പ്രശ്നം. ഫ്രഞ്ചുകാരനായ ഒരു നാച്ചുറലിസ്റ്റായിരുന്നു ജോർജ് ലൂയിസ് ബഫൻ (1707–1788). സൂചി പ്രശ്നം ബഫന്റെ വളരെ പ്രസിദ്ധമായൊരു നിരീക്ഷണമാണ്. ആ നിരീക്ഷണം ഇങ്ങനെയാണ്, ' ഒരു പേപ്പറിൽ കുറെ സമാന്തരവരകളുണ്ടെന്നു കരുതുക. അവയ്ക്കിടയിലെ അകലം തുല്യമായിരിക്കണം. ഈ അകലം d ആണെന്നും കരുതുക. ഇനി വേണ്ടത് ഒരു കൊച്ചു സൂചിയാണ്. സൂചിയുടെ നീളം l എന്നും സങ്കല്പിക്കുക. d യേക്കാൾ ചെറുതായിരിക്കണം l . അടുത്ത ഘട്ടം ഈ സൂചി പേപ്പറിലേക്ക് എറിയുക എന്നതാണ്. സൂചി ഏതെങ്കിലുമൊരു വരയെ മുറിച്ച് വീഴാനുള്ള സാധ്യത $2l/\pi d$ ആണെന്നാണ് ബഫന്റെ കണ്ടെത്തൽ. ഇവിടെ സൂചിയുടെ നീളവും വരകൾക്കിടയിലെ അകലവും ഒന്നാണെന്നു കരുതുക. മുകളിൽ സൂചിപ്പിച്ച സാധ്യത അപ്പോൾ $2/\pi$ എന്നായി മാറുന്നു. ഈ സാധ്യത കണക്കാക്കാൻ സംഭവ്യതാ ശാസ്ത്രം (Probabiltiy Theory) നല്കുന്ന മറ്റൊരു മാർഗ്ഗമുണ്ട്. അതിനായി സൂചി പേപ്പറിലേക്ക് എറിയുന്നത് പലവട്ടം ആവർത്തിക്കണം. എന്നിട്ട് സൂചി വരകളെ മുറിച്ചു വീഴുന്ന സന്ദർഭങ്ങളുടെ എണ്ണവും മൊത്തം എറിഞ്ഞ എണ്ണവും തമ്മിലുള്ള അംശബന്ധം കാണണം. ഇതാണ് മുകളിൽ കാണിച്ച സാധ്യതയെ സൂചിപ്പിക്കുന്ന സംഖ്യ, അതായത് $2/\pi$. അപ്പോൾ π യുടെ വില കാണാൻ മറ്റൊരു മാർഗ്ഗവും കൂടി

ജോർജ് ലൂയിസ് ബഫൻ

യായി. ഈയൊരു പരീക്ഷണം പലവട്ടം ആവർത്തിക്കണമെന്നു മാത്രം. മൊത്തം ഏറിനെ സൂചിപ്പിക്കുന്ന സംഖ്യയുടെ ഇരട്ടിയെ, സൂചി വരകൾ മുറിച്ചു വീഴുന്ന എണ്ണം കൊണ്ട് ഹരിച്ചാൽ മതി. 1901 ൽ ഇറ്റാലിയൻ ഗണിതജ്ഞനായ മാരിയോ ലാസറിനി 3408 പ്രാവശ്യം ഈ പരീക്ഷണം ആവർത്തിക്കുകയുണ്ടായി. അപ്പോൾ ലഭിച്ച പൈയുടെ വില 3.1415929.

ബഫൻ സൂചി പ്രശ്നം തികച്ചും ജ്യാമിതീയമായ ഒന്നാണ് എന്നു പറയാം. എന്നാൽ പൂർണ്ണമായും അങ്കഗണിതവുമായി ബന്ധപ്പെട്ടത് എന്നു പറയാവുന്ന ഒരു പ്രശ്നത്തെക്കുറിച്ചാണ് അടുത്തതായി പറയാൻ പോകുന്നത്. രണ്ടു എണ്ണൽ സംഖ്യകൾക്ക് ഒന്നിനെക്കാൾ വലിയ പൊതുഘടകമൊന്നുമില്ലെങ്കിൽ അവ ആപേക്ഷികാഭാജ്യമാണെന്നു പറയാം. 9 , 16 എന്നിവ ഇത്തരത്തിലുള്ള രണ്ടു സംഖ്യകളാണ്. എന്നാൽ 15 ഉം 21 ഉം ആപേക്ഷികാഭാജ്യമല്ല. അവയുടെ പൊതുഘടകമാണല്ലോ മൂന്ന്. തികച്ചും അനിയതമായി തിരഞ്ഞെടുക്കുന്ന രണ്ടു സംഖ്യകൾ ആപേക്ഷികാഭാജ്യമാവാനുള്ള സാധ്യത എത്രയാണെന്ന് അറിയാമോ?.

അതിലും പൈയുടെ സാന്നിധ്യമുണ്ട്. $\frac{6}{\pi^2}$ എന്നതാണ് ആ വില.

ബഫൻ സൂചി പ്രശ്നം

എണ്ണൽ സംഖ്യകളുമായി ബന്ധപ്പെട്ട മറ്റൊരു പ്രശ്നവും കൂടി. ഒരു എണ്ണൽസംഖ്യയുടെ ഘടകങ്ങളിൽ ഒന്നൊഴികെയുള്ള പൂർണ്ണ വർഗ്ഗമൊന്നുമില്ലെങ്കിൽ ആ സംഖ്യയെ നമുക്ക് വർഗ്ഗമുക്തസംഖ്യ എന്നു വിളിക്കാം. 15 ഒരു വർഗ്ഗമുക്ത സംഖ്യയാണ്. എന്നാൽ 18 വർഗ്ഗമുക്ത സംഖ്യയല്ല. അതിന്റെ ഘടകമാണല്ലോ 9 എന്ന പൂർണ്ണവർഗ്ഗം. തികച്ചും അന്ധമായി തിരഞ്ഞെടുക്കുന്ന ഒരു സംഖ്യ വർഗ്ഗമുക്തമാവാനുള്ള സാധ്യത എത്രയാണെന്നറിയാമോ. അതും $6/\pi^2$ തന്നെയാണ്.

മുകളിൽ വിശദീകരിച്ച വസ്തുത ഉപയോഗിച്ചും പൈയുടെ വില കണക്കാക്കാവുന്നതാണ്. ഒന്നു മുതൽ നൂറുവരെയുള്ള സംഖ്യകളി ലൊന്ന് തിരഞ്ഞെടുക്കുമ്പോൾ അത് വർഗ്ഗമുക്തമാകാനുള്ള സാധ്യത എങ്ങനെ നേരിട്ടു കണക്കാക്കാം. അതിന് ഒന്നിനും നൂറിനും ഇടയി ലുള്ള വർഗ്ഗമുക്ത സംഖ്യകളുടെ എണ്ണത്തെ നൂറുകൊണ്ട് ഹരിച്ചാൽ മതിയല്ലോ.

ഒന്നിനും നൂറിനുമിടയിലുള്ള വർഗ്ഗമുക്തസംഖ്യകൾ ഏതൊക്കെ യാണ്. 1, 2, 3 , 5, 6, 7, 10, 11, 13, 14, 15, 17, 19, 21, 22, 23, 26, 29, 30, 31, 33, 34, 35, 37, 38, 39, 41, 42, 43, 46, 47, 51, 53, 55, 57, 58, 59, 61, 62, 65, 66, 67, 69, 70, 71, 73, 74, 77, 78, 79, 82, 83, 85, 86, 87, 89, 91, 93, 94, 95, 97, . അതായത് 61 എണ്ണമുണ്ട്. അപ്പോൾ ഒരു വർഗ്ഗമുക്ത സംഖ്യ ലഭി ക്കാനുള്ള സാധ്യത $61/100 = 0.61$. ഇത് $6/\pi^2$ ന് തുല്യമാണ് എന്നെ ഴുതുമ്പോൾ $\pi^2 = 600/61$ എന്നു ലഭിക്കും. അപ്പോൾ π യുടെ വില ഏകദേശം 3.136 എന്നു കണക്കാക്കാം. വളരെ കൃത്യമൊന്നുമല്ലെങ്കിലും തീരെ മോശമല്ലാത്ത ഒരു വില. ഒന്നു മുതൽ നൂറുവരെയുള്ള സംഖ്യകൾക്കു പകരം ഒന്നു മുതൽ ആയിരം വരെയുള്ള സംഖ്യകളിൽ നിന്നാണ് വർഗ്ഗമുക്തസംഖ്യകൾ തിരഞ്ഞെടുക്കുന്നതെങ്കിൽ കണക്കാ ക്കുന്ന പൈയുടെ വില കുറെക്കൂടി കൃത്യതയുള്ളതായിരിക്കും. വൃത്ത വുമായി നേരിട്ടു ബന്ധമില്ലാത്ത ചില സന്ദർഭങ്ങളിലും പൈ കടന്നുവ രുന്നതു കണ്ടല്ലോ.

ലുഡോൾഫിന്റെ സംഖ്യ

പൈയുടെ വില കൃത്യമായി കണ്ടെത്തുന്നത് ഒരു ലഹരിയായി കൊണ്ടു നടന്ന ജർമ്മൻ ഗണിതജ്ഞനായിരുന്നു ലുഡോൾഫ് വാൻസ്യൂലൻ (1540- 1610). 1596 -ൽ പൈയുടെ വില ഇരുപതുദശാംശസ്ഥാനങ്ങൾ വരെ കൃത്യമായി കണക്കാക്കാൻ ലുഡോൾഫിനു കഴിഞ്ഞു. നേരത്തെ സൂചിപ്പിച്ചതുപോലെ വൃത്തത്തിന്റെ അകത്തും പുറത്തുമായി ആലേഖനം ചെയ്ത ബഹുഭുജങ്ങളുടെ ചുറ്റളവുകളുപയോഗിച്ചാണ് ലുഡോൾഫും അതു കണ്ടെത്തിയത്. എന്നാൽ അതിനായി ലുഡോൾഫ് ഉപയോഗിച്ച ബഹുഭുജത്തിന് 515 396 075 520 വശങ്ങളുണ്ടായിരുന്നു. ഇത്രയും വശങ്ങളുള്ള ബഹുഭജും വരച്ച് ചുറ്റളവ് കാണുക എന്നത് പ്രായോഗികമല്ലല്ലോ. അതിനായി ചില മാർഗ്ഗങ്ങൾ കണ്ടെത്തുകയായിരുന്നു ലുഡോൾഫ് ചെയ്തത്. തന്റെ ജീവിതത്തിലെ അവസാന വർഷമായ 1610 ൽ 2^{62} വശങ്ങളുള്ള (അതായത് 4, 611, 686, 018, 427, 387, 904 വശങ്ങൾ.) ബഹുഭുജത്തിന്റെ ചുറ്റളവുപയോഗിച്ച് പൈയുടെ വില 35 ദശാംശസ്ഥാനങ്ങൾ വരെ കൃത്യമായി കാണാൻ ലുഡോഫിന് കഴിഞ്ഞു. ആ അർപ്പണബോധത്തിനോടുള്ള ആദരസൂചകമായി പൈയെ ലുഡോൾഫിന്റെ സംഖ്യ എന്നു വിശേഷിപ്പിക്കാറുണ്ട്. മഹാനായ ആ ഗണിതജ്ഞന്റെ മരണശേഷം ലീഡനിലെ സെന്റ് പീറ്റേഴ്സ് ചർച്ചിലെ ശവക്കല്ലറയുടെ മുകളിൽ പൈയുടെ ആ വില കൊത്തിവെപ്പിക്കാൻ അദ്ദേഹത്തിന്റെ സഹധർമ്മിണി മറന്നില്ല.

ലുഡോൾഫിനു മുമ്പും പല ഗണിതജ്ഞരും ബഹുഭുജങ്ങളുടെ സഹായത്തോടെ പൈയുടെ മെച്ചമായ വിലകൾ കണ്ടെത്തിയിരുന്നു. 1579 ൽ വിയാറ്റ (Francois Viete 1540-1603) എന്ന ഫ്രഞ്ചു ഗണിതജ്ഞൻ 393216 വശങ്ങളുള്ള ബഹുഭുജമുപയോഗിച്ച് പൈയുടെ വില ഒമ്പതു സ്ഥാനങ്ങൾ കൃത്യമായി കാണുകയുണ്ടായി. 1596 ൽ റൂമൻ (A.V

ലുഡോർഫ് വാൻസ്യൂലൻ

Roomen) 1,073,741,824 വശങ്ങളുള്ള ബഹുഭുജത്തിന്റെചുറ്റളവുപയോ മിച്ച് കണ്ടെത്തിയ വില പതിനഞ്ചുസ്ഥാനങ്ങൾ വരെ കൃത്യമായിരുന്നു. എന്നാൽ ഇവയെല്ലാം ലുഡോർഫിന്റെ വിലയുടെ മുന്നിൽ നിഷ്പ്രഭ മാവുകയായിരുന്നു. വൃത്തത്തിനകത്ത് ലേഖനം ചെയ്യാവുന്ന ബഹു ഭുജത്തിന്റെ വശങ്ങളുടെ എണ്ണം വർദ്ധിക്കുന്നതിനനുസരിച്ച് ബഹുഭു ജത്തിന്റെ ചുറ്റളവ് വൃത്തത്തിന്റെ ചുറ്റളവിനോട് അടുക്കുന്നു എന്ന തത്ത്വമാണല്ലോ ഈ രീതികളിലെല്ലാം തന്നെ ഉപയോഗിക്കുന്നത്. ഇതുപയോഗിച്ച് പൈയുടെ വില കണക്കാക്കിയ ഒട്ടേറെ ചൈനീസ് ചിന്തകരുണ്ട്. A D 263 ലാണെന്നു പറയപ്പെടുന്നു, ചൈനീസ് പ ണ്ഡിതനായ ലിയു ഹ്യു പൈയുടെ വില 3927/1250 എന്നു കണക്കാ ക്കുകയുണ്ടായി. ഈ സംഖ്യ ദശാംശരൂപത്തിലെഴുതിയാൽ 3.1416. ആ കാലഘട്ടത്തിൽ അതൊരു അസൂയാവഹമായ നേട്ടം തന്നെയായിരുന്നു. ആർക്കിമിഡിസിനു പോലും അത്രയും കൃത്യത സാധ്യമായിരുന്നില്ല എന്നോർക്കുക. വൃത്തത്തിന്റെ വിസ്തീർണ്ണം കാണാനുള്ള ഒരു മാർഗ്ഗ വും ലിയു ഹ്യു കണ്ടെത്തിയിരുന്നു.' ഒരു വൃത്തത്തിന്റെ ചുറ്റളവിന്റെ പകുതിയുടെയും വ്യാസത്തിന്റെ പകുതിയുടെയും ഗുണനഫലം വൃത്ത

ത്തിന്റെ വിസ്തീർണ്ണത്തിനു തുല്യമായിരിക്കും' എന്നതായിരുന്നു ആ കണ്ടെത്തൽ. ചുറ്റളവ് C യും വ്യാസം d യുമായാൽ വിസ്തീർണ്ണം (c/2).(d/2) ആയിരിക്കുമെന്ന് സാരം. അതായത് $C=2\pi r$; $d=2r$ എന്നീ വിലകൾ ഉപയോഗിച്ചാൽ πr^2 എന്ന നമുക്കു പരിചിതമായ ഫോർമുല ലഭിക്കുന്നു. എന്നാൽ അഞ്ചാം നൂറ്റാണ്ടിൽ ജീവിച്ചിരുന്ന സു ചോംഗ് ഷി എന്ന ഗണിതജ്ഞൻ കുറെക്കൂടി കൃത്യമായ വില കണ്ടെത്തുകയുണ്ടായി. 355/113 എന്ന ആ വില ഒരു റെക്കോഡായിരുന്നു. ഒരു സഹസ്രാബ്ദത്തോളം അതു ഭേദിക്കാൻ ആർക്കും കഴിഞ്ഞതുമില്ല.

പതിനേഴാം നൂറ്റാണ്ടോടെയാണ് വൃത്തത്തിന്റെ ചുറ്റളവും വ്യാസവുമായുള്ള അംശബന്ധം സൂചിപ്പിക്കാനായി π എന്ന സൂചകം ഉപയോഗിച്ചു തുടങ്ങിയത്. ഗ്രീക്ക് അക്ഷരമാലയിലെ പതിനാറാമത്തെ അക്ഷരമാണ് π. ലോകപ്രസിദ്ധനായ ഗണിതജ്ഞൻ ഓയ്ലർ ഉപയോഗിച്ചു തുടങ്ങിയതയോടെയാണ് ഈ സൂചകത്തിന് ഇന്നത്തെ നിലയിലുള്ള സ്വീകാര്യത ലഭിച്ചു തുടങ്ങിയത്. അതിനുമുമ്പും ചില ഗണിതജ്ഞർ ഈ സൂചകം ഉപയോഗിച്ചിരുന്നതായി ചരിത്രകാരന്മാർ പറയുന്നുവെങ്കിലും അത് ഇന്നുപയോഗിക്കുന്നതിൽ നിന്നും ചില വ്യത്യാസങ്ങളോടെ ആയിരുന്നു. വില്യം ഓട്രഡ് 1652 ൽ ഈ സൂചകമുപയോഗിച്ചത് വൃത്തത്തിന്റെ ചുറ്റളവിനെ കാണിക്കാനാണ്. 1706

ഓയ്ലർ

ൽ വില്യം ജോൺസ് ഇന്നുപയോഗിക്കുന്ന അതേ അർത്ഥത്തിൽ തന്നെ ഈ സൂചകം ഉപയോഗിച്ചിരുന്നു. എന്നാൽ ഓയ്‌ലർക്കു ശേഷമാണ് ഈ സൂചകത്തിന് വ്യാപകമായ പ്രചാരം ലഭിച്ചത്. ഈ വലിയ ഗണിതജ്ഞനിൽ നിന്നു ശാസ്ത്രത്തിനു ലഭിച്ച സംഭാവനകൾ കനപ്പെട്ടവയായിരുന്നു. 1707-ൽ സ്വിറ്റ്സർലാന്റിലെ ബേസലിലാണ് ഓയ്‌ലർ ജനിച്ചത്. പിതാവ് പോൾ ഓയ്‌ലർ ഗണിതത്തിൽ അതീവ താല്പര്യമുള്ള വ്യക്തിയായിരുന്നു. എങ്കിലും മകനെ ഒരു പുരോഹിതനാക്കണമെന്നായിരുന്നു പോൾ ആഗ്രഹിച്ചിരുന്നത്. എന്നാൽ ബേസൽ സർവ്വകലാശാലയിൽ വെച്ച് ജോൺ ബെർണോലി ഓയ്‌ലറിലെ ഗണിതജ്ഞനെ തിരിച്ചറിയുകയായിരുന്നു. ബെർണോലിയുടെ വാക്കുകൾ മാനിച്ച് ഗണിതത്തിന്റെ വഴികളിലൂടെ മുന്നോട്ടു പോകാൻ ഓയ്‌ലറെ, പിതാവ് അനുവദിച്ചു. അതിന്റെ ഫലം ആരെയും അത്ഭുതപ്പെടുത്തുന്നതായിരുന്നു. ആയിരക്കണക്കിനു പ്രബന്ധങ്ങളടങ്ങിയ 73 വാല്യങ്ങൾ, 886 പുസ്തകങ്ങൾ ഇത്രയും ഒരു മനുഷ്യനു സാധിച്ചു എന്നത് അത്ഭുതമല്ലാതെ മറ്റെന്താണ്. ഈ കണ്ടെത്തലുകൾ ബഹുഭൂരിപക്ഷവും ഓയ്‌ലറുടെ കാഴ്ചശക്തി നഷ്ടപ്പെട്ടതിനു ശേഷമായിരുന്നു എന്ന വസ്തുത കൂടി ഓർക്കുക.

അധികം പ്രായമാകുന്നതിനു മുമ്പു തന്നെ ഒരു കണ്ണിന്റെ കാഴ്ചശക്തി നഷ്ടപ്പെട്ട ഓയ്‌ലർ തന്റെ അമ്പത്തിയൊൻപതാമത്തെ വയസ്സിൽ പൂർണ്ണമായും അന്ധനായി മാറി. എന്നാൽ തന്റെ പഠനവും ഗവേഷണവും ആ പ്രതിഭാശാലി മുന്നോട്ടു തന്നെ കൊണ്ടു പോയി. അസാധാരണ ഓർമ്മശക്തിയും തികഞ്ഞ ഭാവനാ സമ്പന്നതയുമായിരുന്നു ഈ നേട്ടത്തിനും പിന്നിലെ ഘടകങ്ങൾ. പെൻസിലും പേപ്പറും ഉപയോഗിച്ച് പലരും വിഷമിച്ചു ചെയ്യുന്ന ഗണിതക്രിയകൾ മനസ്സിൽ തന്നെ ചെയ്യാൻ ഓയ്‌ലർക്കു സാധിച്ചിരുന്നു. *'ഗണിതവിശ്ലേഷണത്തിന്റെ കുലപതി'* എന്ന വിശേഷണം തികച്ചു അന്വർത്ഥമായിരുന്നു എന്നു സാരം. ഒരു കഴുകൻ വായുവിൽ തെന്നി നീങ്ങുന്ന പോലെ അനായസമായി ഗണിതക്രിയകൾ സാധ്യമാകുമായിരുന്നു ഓയ്‌ലർക്ക് എന്ന് നിരീക്ഷിച്ചത് ഫ്രഞ്ചു ചിന്തകനായ ഫ്രാങ്കോയിസ് അരാഗോയാണ്. ഒരിക്കൽ ഓയ്‌ലറുടെ രണ്ടു ശിഷ്യൻമാർക്കിടയിൽ ഒരു തർക്കമുണ്ടായി. ഒരു സംഖ്യാശ്രേണിയുടെ പതിനേഴു പദങ്ങളുടെ തുക കണക്കാക്കിയപ്പോൾ രണ്ടു പേരുടെയും വിലകൾ തമ്മിൽ ഒരു വ്യത്യാസമുണ്ടായിരുന്നു. വളരെ ചെറിയതായിരുന്നു ആ വ്യത്യാസം , കൃത്യമായി പറഞ്ഞാൽ പതിനഞ്ചാമത്തെ ദശാംശ സ്ഥാനത്തിൽ. എങ്കിലും അവർ ഓയ്‌ലറുടെ അടുത്തെത്തി. ആ നീണ്ട ഗണിതക്രിയ മുഴുവനും മനസ്സിൽ തന്നെ ചെയ്ത് ശരിയായ ഉത്തരം നല്കാൻ അവരുടെ ഗുരുവിന് അധികസമയം വേണ്ടിവന്നില്ല.

ഗണിതത്തിൽ ഇന്നു പരക്കെ ഉപയോഗിക്കുന്ന പല ചിഹ്നങ്ങളും ആദ്യമായി ഉപയോഗിച്ചത് ഓയ്‌ലറാണ്. കല്പിതസംഖ്യ എന്നു വിശേഷിപ്പിക്കപ്പെടുന്ന $\sqrt{-1}$ നെ സൂചിപ്പിക്കുന്ന i എന്ന സൂചകം, ഏകദത്തെ കാണിക്കുന്ന $F(x)$ തുടർച്ചയായ തുകയെ കാണിക്കാനുപയോഗിക്കുന്ന

Σ എന്നിവയെല്ലാം അതിൽ പെടുന്നു. ഓയ്‌ലർ കണ്ടെത്തിയ മഹത്താ യൊരു സൂത്രവാക്യമുണ്ട്. $e^{i\pi}+1=0$ എന്നതാണത്. ഗണിതത്തിലെ ഏറ്റവും മനോഹരമായ സൂത്രവാക്യം എന്നു വിശേഷിപ്പിക്കപ്പെടുന്നത്. ആധുനികഗണിതത്തിലെ ഏറ്റവും പ്രധാനമായ രണ്ടു സ്ഥിരസംഖ്യ കൾ ഇതിലുണ്ട് π യും e യും. കൂടാതെ ഒന്നും പൂജ്യവുമുണ്ട്. ഗുണന വും സങ്കലനവും എന്ന രണ്ട് അടിസ്ഥാനക്രിയകളുണ്ട്. കല്പിതസം ഖ്യകളുമായി ബന്ധപ്പെട്ട പഠനത്തിന്റെ തുടക്കം കുറിക്കുന്ന i എന്ന സൂചകമുണ്ട്. സമതയും കൃതി കാണലുമുണ്ട്. ഗണിതവിശ്ലേഷണം മുഴുവനും ഈ സൂത്രത്തിലുണ്ട് എന്ന് ക്ലെയിൻ. ഗണിതത്തിന്റെ ഏഴാ കാശങ്ങളും നിഴലിച്ചു കാണുന്ന കൊച്ചു മാന്ത്രികച്ചെപ്പ് എന്നു വിശേ ഷിപ്പിച്ചാൽ അതൊരു അതിശയോക്തി ആവില്ല എന്നു സാരം. ഓയ് ലറുടെ മഹത്തായ കണ്ടെത്തലുകളിലൊന്നു മാത്രമാണിത്. ഗണിത ത്തിന്റെ എല്ലാ മേഖലകളിലും ഒയ്‌ലയറുടെ വ്യക്തിമുദ്രപതിഞ്ഞ കണ്ടെ ത്തലുകളുണ്ട്. എത്ര നീണ്ട ഗണിതക്രിയ ആയാലും അതു ക്ഷമയോടെ പൂർത്തിയാക്കുന്നതിൽ വല്ലാത്തൊരാനന്ദം ആ മനസ്സു കണ്ടെത്തിയി രുന്നു. ധന്യമായ ആ ജീവിതത്തിന്റെ അവസാന നാളുവരെ അതു തുടരുകയും ചെയ്തു. അന്ന് 1783 സെപ്റ്റംബർ 18-ാം തിയ്യതി ഉച്ചമു തൽ ഓയ്‌ലർ ഒരു ബലൂൺ വായുവിൽ ഉയരുന്നതിന്റെ നിരക്ക് കണ ക്കാക്കുകയായിരുന്നു. പിന്നീട് കുടുംബത്തോടൊപ്പം ഭക്ഷണം കഴി ക്കാനിരുന്നു. അതിനിടയിൽ സംസാരം യുറാനസ് എന്ന ഗ്രഹത്തെ ക്കുറിച്ചായിരുന്നു. അതിനും രണ്ടു വർഷങ്ങൾക്കുമുമ്പ് വില്യം ഹെർ ഷൽ കണ്ടെത്തിയ പുതിയ ഗ്രഹത്തെക്കുറിച്ച്. ഭക്ഷണത്തിനു ശേഷം യുറാനസിന്റെ ഒരു ഏകദേശസഞ്ചാരപഥം കണക്കാക്കുന്നതിലായി ശ്രദ്ധമുഴുവനും. ഇടയ്ക്കെപ്പൊഴോ മടിയിൽ കയറി സ്ഥാനം പിടിച്ചി രുന്ന പേരക്കുട്ടിയെ ഓമനിക്കാനും മറന്നില്ല. പെട്ടെന്നാണ് ഓയ്‌ലർക്ക് ദേഹാസ്വാസ്ഥ്യം അനുഭവപ്പെട്ടതും കുഴഞ്ഞു വീണതും. ആ നിമിഷം തന്നെ 'Euler ceased to live and and calculate'.

ബേസൽ പ്രശ്നം എന്നറിയപ്പെട്ടിരുന്ന പ്രശ്നത്തിന് ഉത്തരം കണ്ടെ ത്തിയത് ഓയ്‌ലറുടെ മറ്റൊരു നേട്ടമായിരുന്നു. സംഖ്യാ ശ്രേണിയുമായി ബന്ധപ്പെട്ട പ്രശ്നമാണ് ഈ പേരിൽ അറിയപ്പെട്ടിരുന്നത്. അനുക്ര മവും അനന്തവുമായി സംഖ്യകളുടെ തുകയെ സൂചിപ്പിക്കുന്നതാണ് സംഖ്യാശ്രേണി. എന്നാൽ വെറുതെ സംഖ്യകൾ അനന്തമായി തുക യുടെ രൂപത്തിൽ എഴുതിയാൽ ചിലപ്പോൾ രൂപപരമായ ഒരു പ്രാധാ ന്യം മാത്രമെ അതിനുള്ളൂ എന്നു വരാം. 1+2+3+4+... എന്ന ശ്രേണി ശ്രദ്ധിക്കുക. വിശേഷിച്ചൊരു സംഖ്യയെയും ഇതു സൂചിപ്പിക്കുന്നില്ല. പദങ്ങളുടെ എണ്ണം കൂടുംതോറും തുക വർദ്ധിച്ചു കൊണ്ടിരിക്കും. അത് ഏതു സംഖ്യയെക്കാളും വലുതാവുകയും ചെയ്യും. ഇതേ രീതി യിലുള്ള മറ്റൊരു ശ്രേണിയാണ് 1+ 1/2 + 1/3+ 1/4+... ഈ ശ്രേണിക്ക് മനോഹരമായ ഒരു പേരുണ്ട്, Harmonic series. എന്നാൽ മുകളിൽ എഴുതിയ ശ്രേണി പോലെ ഇതും വിശേഷിച്ചൊരു തുകയും നല്കു

ന്നില്ല. അവിശ്വസനീയമാം വിധം സാവധാനത്തിലാണെങ്കിലും ഏതൊരു സംഖ്യയെക്കാളും ഇതിലെ പദങ്ങുടെ തുക വലുതാവുന്നു.

എന്നാൽ $1+\frac{1}{2}+\frac{1}{2^2}+\frac{1}{2^3}+.........$ എന്ന ശ്രേണിയിലെ പദങ്ങളുടെ തുക ഒരിക്കലും രണ്ടിൽ കൂടുന്നില്ല എന്നു കാണാം. പദങ്ങളുടെ എണ്ണം കൂടുംതോറും തുക രണ്ടിനോട് കൂടുതൽ കൂടുതൽ അടുത്തു വരുന്നതു കാണാം. അതായത് ഈ അനന്തശ്രേണിയുടെ തുക രണ്ടാണ് എന്നു സാരം. ഇത്തരത്തിൽ ഒരു തുകയിലെത്തുന്ന ശ്രേണികളെ കേന്ദ്രാഭിമുഖ ശ്രേണികൾ എന്നു വിശേഷിപ്പിക്കുന്നു.

പ്രശസ്തനായ ജർമ്മൻ ഗണിതജ്ഞൻ, ലെബനിറ്റ്സ് പൈയുടെ വിലയുമായി ബന്ധപ്പെടുന്ന ഒരു ശ്രേണി കണ്ടെത്തുകയുണ്ടായി.

ആ ശ്രേണി $1-\frac{1}{3}+\frac{1}{5}-\frac{1}{7}+\frac{1}{9}-\frac{1}{11}+\frac{1}{13}-...........$ എന്നിങ്ങനെയാണ്. ഈ ശ്രേണിയുടെ തുക $\pi/4$ ആണെന്ന് ലബനിറ്റ്സ് തിരിച്ചറിയുകയുണ്ടായി. അതോടൊപ്പം ഇങ്ങനെ കൂട്ടിച്ചേർക്കാനും ആ തത്ത്വചിന്തകൻ മറന്നില്ല, 'God is happy with the odd number'. ഈ ശ്രേണി ഉപയോഗിച്ചാകുമ്പോൾ പൈയുടെ വില ഇങ്ങനെ എഴുതാം,

$$\pi = 4(1-\frac{1}{3}+\frac{1}{5}-\frac{1}{7}+\frac{1}{9}-\frac{1}{11}+........).$$

പദങ്ങളുടെ എണ്ണം കൂടും തോറും ശ്രേണിയുടെ വില പൈയുടെ വിലയോട് അടുത്തു വരുന്നതു കാണാം.

ആദ്യത്തെ രണ്ടു പദങ്ങൾ മാത്രമാകുമ്പോൾ തുക $4(1-\frac{1}{3})$ എന്നാണല്ലോ.

അതായത് 8/3 , ദശാംശ രൂപത്തിലാകുമ്പോൾ 2.6666666...തീർച്ചയായും അത്ര കൃത്യമായ വിലയൊന്നുമല്ല.

എന്നാൽ മൂന്നു പദങ്ങളുടെ തുക $4(1-\frac{1}{3}+\frac{1}{5})$ എന്നിങ്ങനെയാണല്ലോ.

അതായത് $\frac{52}{15}$, ദശാംശ രൂപത്തിലാകുമ്പോൾ 3.4666... കുറെക്കൂടി മെച്ചമായ വിലയാണ് എന്നു പറയേണ്ടതില്ലല്ലോ. അഞ്ചുപദങ്ങൾ മാത്രമെടുത്താൽ തുക $4(1-\frac{1}{3}+\frac{1}{5}-\frac{1}{7}+\frac{1}{9}) = \frac{1052}{315}$, ദശാംശരൂപത്തിൽ, 3.339682539...

പത്തു പദങ്ങളാണ് ഉപയോഗിക്കുന്നെങ്കിൽ

$$4\left(1-\frac{1}{3}+\frac{1}{5}-\frac{1}{7}+\frac{1}{9}-\frac{1}{11}+\frac{1}{13}-\frac{1}{15}+\frac{1}{17}-\frac{1}{19}\right) = \frac{44,257,352}{14,549,535} =$$
3.041839618...

പത്തുപദങ്ങളുപയോഗിച്ചപ്പോഴും ഗണനീയമായ വ്യത്യാസമുണ്ട് എന്ന കാര്യം ശ്രദ്ധിക്കുക. പദങ്ങളുടെ എണ്ണം നമുക്ക് നൂറായി വർദ്ധിപ്പിക്കാം.

അതായത് $4\left(1-\frac{1}{3}+\frac{1}{5}-\frac{1}{7}+\frac{1}{9}-\frac{1}{11}+\ldots\ldots\ldots\ldots\ldots-\frac{1}{199}\right)$.

ഈ സംഖ്യയെ ഭിന്നകരൂപത്തിലെഴുതിയാൽ അംശത്തിലും ഛേദത്തിലും 88 അക്കങ്ങൾ വീതമുണ്ടാകും. അതെഴുതുക എന്ന സാഹ ത്തിന് മുതിരുന്നില്ല പകരം അതിന്റെ ദശാംശ രൂപം ഏകദേശം എത്ര യാണെന്നു നോക്കാം. ആ വില 3.131592903 എന്നതാണ്. അതായത് ഏകദേശം 95 ശതമാനം കൃത്യതയുള്ള വില. നൂറു പദങ്ങളുടെ സ്ഥാനത്ത് ആയിരം പദങ്ങളുപയോഗിച്ചാലും തുകയിൽ വലിയ വ്യത്യാ സമൊന്നും ഉണ്ടാവുകയില്ല. എന്നാൽ പതിനായിരം പദങ്ങളാണ് ഉപ യോഗിക്കുന്നത് എന്നു കരുതുക.

അതായത് $4\left(1-\frac{1}{3}+\frac{1}{5}-\frac{1}{7}+\frac{1}{9}-\frac{1}{11}+\ldots\ldots\ldots\frac{1}{19,999}\right)$.

ഈയൊരു സന്ദർഭത്തിൽ തുക 3.141492653 എന്നായിരിക്കും. തീർച്ചയായും പൈയുടെ വിലയോട് വളരെ അടുത്തു നില്ക്കുന്നത്. വ്യത്യാസം ഒരു ശതമാനത്തിന്റെ നൂറിലൊന്നു മാത്രം. എങ്കിലും അതി നായി പതിനായിരം പദങ്ങൾ വേണ്ടി വന്നു എന്നോർക്കുക. അതു തന്നെയാണ് ലബനിറ്റ്സ് ശ്രേണിയുടെ ഒരു പരിമിതി വളരെ സാവധാ നത്തിൽ മാത്രമെ അത് പൈയുടെ വിലയോട് അടുക്കുന്നുള്ളു.

നമുക്ക് ബേസൽ പ്രശ്നത്തിലേക്ക് തിരിച്ചുവരാം. ഒരു സംഖ്യാശ്രേ ണിയുമായി ബന്ധപ്പെട്ടതാണ് ഈ പ്രശ്നം എന്നു നേരത്തെ സൂചി പ്പിച്ചതാണല്ലോ.

$1+\frac{1}{2^2}+\frac{1}{3^2}+\frac{1}{4^2}+\ldots\ldots\ldots\ldots$ എന്ന ഈ ശ്രേണി ഒരു തുക നല്കുന്ന താണ് എന്ന് ആദ്യം തന്നെ തിരിച്ചറിഞ്ഞിരുന്നു. എന്നാൽ ആ തുക യെന്ത് എന്നത് കുറെക്കാലം ഗണിതജ്ഞരെ കുഴക്കിയ പ്രശ്നമായി രുന്നു. അതിലും സങ്കീർണ്ണമായ പല ശ്രേണികളുടെയും തുക കണക്കാക്കിയ ജേക്കബ് ബെർണോലി എന്ന അതിപ്രഗത്ഭനായ ഗണി തജ്ഞൻ പോലും ഈ പ്രശ്നത്തിന്റെ മുന്നിൽ മുട്ടുമടക്കുകയായിരുന്നു. 1680 ൽ ജേക്കബ് ബെർണോളി ഈ പ്രശ്നം പരസ്യപ്പെടുത്തുകയു

ണ്ടായി ഉത്തരം കണ്ടെത്തുന്നവർ അറിയിക്കണമെന്ന അപേക്ഷയോടെ. അന്നു മുതലാണിത് ബേസൽ പ്രശ്നം എന്ന പേരിൽ അറിയപ്പെടാൻ തുടങ്ങിയത്. 1735 വരെ ആരും ഈ പ്രശ്നത്തിന്റെ ഉത്തരവുമായി മുന്നോട്ടു വന്നില്ല. ആ വർഷമാണ് ഓയ്‌ലർ ഈ ശ്രേണിയുടെ തുക പ്രസിദ്ധപ്പെടുത്തിയത്. അപ്പോഴേക്കും ബെർണോലിയുടെ ജീവിതം അവസാനിച്ചിട്ട് പത്തു വർഷങ്ങൾ കഴിഞ്ഞിരുന്നു.

ഈ ശ്രേണിയുടെ തുക $\frac{\pi^2}{6}$ എന്ന് ഓയ്‌ലർ കണ്ടെത്തിയത് തന്റെ ഇരുപത്തിയെട്ടാമത്തെ വയസ്സിലായിരുന്നു.

ഈ ശ്രേണി ഉപയോഗിച്ചെഴുതിയാൽ പൈയുടെ വില $\sqrt{6.(1+\frac{1}{2^2}+\frac{1}{3^2}+\frac{1}{4^2}+\cdots)}$ എന്നു ലഭിക്കും.

ലബ്നിറ്റ്സിന്റെ ശ്രേണിയെ അപേക്ഷിച്ച് കുറെക്കൂടി വേഗത്തിൽ പൈയിലേക്ക് അടുക്കുന്നു എന്നതാണ് ഈ ശ്രേണിയുടെ സവിശേഷത. ഇതിലെ ആദ്യത്തെ പത്തു പദങ്ങളുടെ തുക കണക്കാക്കിയാൽ ഏകദേശം 3.049361635 എന്നു ലഭിക്കും. നൂറു പദങ്ങളാകുമ്പോൾ അത് 3.132076531 എന്നാണ്. ആയിരം പദങ്ങളും പതിനായിരം പദങ്ങളും തരുന്ന തുക യഥാക്രമം 3.140638056, 3.14149763 എന്നിവയാണ്.

മുകളിൽ കൊടുത്ത ശ്രേണിയിലെ ഓരോ പദവും ശ്രദ്ധിച്ചല്ലോ. എണ്ണൽസംഖ്യകളുടെ വർഗ്ഗങ്ങളുടെ വ്യുത്ക്രമങ്ങളാണ് ഓരോ പദവും. വർഗ്ഗങ്ങൾക്കു പകരം നാലാം കൃതിയാണ് ഉപയോഗിക്കുന്നത് എന്നു കരുതുക.

അപ്പോൾ ലഭിക്കുന്ന ശ്രേണി $1+\frac{1}{2^4}+\frac{1}{3^4}+\frac{1}{4^4}+\frac{1}{5^4}+\cdots$ എന്നിങ്ങനെ ആയിരിക്കുമല്ലോ..

ഈ ശ്രേണിയുടെ തുക $\frac{\pi^4}{90}$ ആണെന്ന് ഓയ്‌ലർ തന്നെ കണ്ടെത്തുകയുണ്ടായി.

അതേ പോലെ എണ്ണൽ സംഖ്യകളുടെ ആറാം കൃതി ഉപയോഗിച്ചെഴുതുന്ന $1+\frac{1}{2^6}+\frac{1}{3^6}+\frac{1}{4^6}+\frac{1}{5^6}+\cdots$ എന്ന ശ്രേണിയുടെ തുക $\frac{\pi^6}{945}$.

$$1+\frac{1}{2^2}+\frac{1}{3^2}+\frac{1}{4^2}+\frac{1}{5^2}+\cdots=\frac{\pi^2}{6}$$

$$1+\frac{1}{2^6}+\frac{1}{3^6}+\frac{1}{4^6}+\frac{1}{5^6}+\cdots\cdots=\frac{\pi^6}{945}$$

എണ്ണൽ സംഖ്യകളുടെ കൃതികളുപയോഗിച്ച് എഴുതുന്ന ഈ ശ്രേണികളുടെ തുകയിൽ അപ്രതീക്ഷിതമായി പൈ കടന്നുവരുന്നത് തികച്ചും അത്ഭുതകരമായ വസ്തുതയാണ്. മുകളിൽ കൊടുത്ത ശ്രേണികളുടെ സവിശേഷത ശ്രദ്ധിച്ചിരിക്കുമല്ലോ. അവയെല്ലാം എണ്ണൽസംഖ്യകളുടെ കൃതികളുടെ വ്യുത്ക്രമങ്ങളാണ്. ഈ കൃതികളാവട്ടെ 2,4, 6 എന്നീ ഇരട്ടസംഖ്യകളും. ഇതേ രൂപത്തിൽ ഒറ്റസംഖ്യകൾ കൃതികളായ ശ്രേണികളുടെ തുക കാണാൻ കഴിയുമോ? ഓയ്‌ലറുടെ കാലം മുതൽ ഗണിതജ്ഞർ ചോദിച്ചിരുന്ന ഒരു ചോദ്യമാണിത്. താഴെ കൊടുത്തിരിക്കുന്ന രണ്ടു ശ്രേണികൾ ശ്രദ്ധിക്കുക. ഇവ രണ്ടും അത്തരത്തിലുള്ള ശ്രേണികളാണല്ലോ. ഗണിതജ്ഞരുടെ കഠിനശ്രമങ്ങൾക്കൊടുവിലും ഇവ കീറാമുട്ടികളായി തുടരുകയാണ്.

$$1+\frac{1}{2^3}+\frac{1}{3^3}+\frac{1}{4^3}+\frac{1}{5^3}+\cdots\cdots$$

$$1+\frac{1}{2^5}+\frac{1}{3^5}+\frac{1}{4^5}+\frac{1}{5^5}+\cdots\cdots$$

ഫ്രഞ്ചു ഗണിതജ്ഞനായ റോജർ ആപ്റേ (1916-1994)

$1+\frac{1}{2^3}+\frac{1}{3^3}+\frac{1}{4^3}+\frac{1}{5^3}+\cdots\cdots$ എന്ന ശ്രേണിയുടെ തുക ഒരു അഭിന്നകമായിരിക്കുമെന്നു കണ്ടെത്തുകയുണ്ടായി.

അതിനമപ്പുറം പോകാൻ ഗണിതത്തിനു കഴിഞ്ഞിട്ടില്ല. ലബനിറ്റ്സിന്റെ 'God is happy with the odd number' എന്ന പ്രയോഗം ഇവിടെ ശരിയാവുന്നില്ലല്ലോ എന്നു തോന്നാം. എന്നാൽ ഒറ്റ സംഖ്യകളുടെ കൃതികളുപയോഗിച്ചുള്ള (അവയും ഒറ്റസംഖ്യകളാണ്) ചില ശ്രേണികളും അവയുടെ തുകയും കാണുക. ഇവിടെ പദങ്ങൾ പോസിറ്റീവും നെഗറ്റീവുമായി മാറി മാറി വരുന്നു എന്നൊരു വ്യത്യാസമുണ്ട്.

$$1-\frac{1}{3}+\frac{1}{5}-\frac{1}{7}+\frac{1}{9}-\frac{1}{11}+\cdots\cdots=\frac{\pi}{4}$$

$$1-\frac{1}{3^3}+\frac{1}{5^3}-\frac{1}{7^3}+\frac{1}{9^3}-\frac{1}{11^3}+\cdots\cdots=\frac{\pi^3}{32}$$

$$1-\frac{1}{3^5}+\frac{1}{5^5}-\frac{1}{7^5}+\frac{1}{9^5}-\frac{1}{11^5}+.............=\frac{5\pi^5}{1536}$$

ഇത്തരത്തിൽ എണ്ണൽസംഖ്യകളുടെ വ്യത്യസ്തങ്ങളായ ക്രമപ്പെടുത്തലുകളിലൂടെ പൈയിലെത്താമെന്നത് പ്രഗത്ഭരായ ചിന്തകരെപ്പോലും അത്ഭുതപ്പെടുത്തിയ വസ്തുതയാണ്. ഇനി പറയാൻ പോകുന്നത് എണ്ണൽ സംഖ്യകളുപയോഗിച്ച് പൈയിലെത്തുന്ന തികച്ചും രസകരമായ മറ്റൊരു മാർഗ്ഗത്തെക്കുറിച്ചാണ്.

അതിനു മുമ്പ് ആ മാർഗ്ഗം കണ്ടെത്തിയ ഗണിതജ്ഞനെ ഒന്നു പരിചയപ്പെടാം. ഗണിതത്തിന്റെ ലോകത്തിൽ മാത്രം ജീവിച്ച ഒരസാധാരണ പ്രതിഭയായിരുന്നു പോൾ എർദോഷ്. സ്വന്തമായി വീടൊ തൊഴിലോ ബാങ്ക് ബാലൻസോ ഒന്നുമില്ലാതിരുന്ന ആ ബുഡാപെസ്റ്റുകാരൻ ഒരു സ്യൂട്ട്കേസും തൂക്കി അലയുകയുകയായിരുന്നു, ഗണിതത്തിന്റെയും ജീവിതത്തിന്റെയും അസാധാരണവഴികളിലൂടെ. ആയിരത്തിഅഞ്ഞൂറോളം ഗവേഷണപ്രബന്ധങ്ങൾ എർദോഷിന്റേതായുണ്ട്. സുഹൃത്തുക്കൾ ഒരുക്കിക്കൊടുക്കുന്ന താമസസൗകര്യങ്ങളും ലക്ചറുകളുടെ പ്രതിഫലമായും സമ്മാനങ്ങളായും കിട്ടുന്ന പണവും ആ പ്രതിഭാധനന് ധാരാളമായിരുന്നു. 'സമ്പത്തുകളെല്ലാം ശല്യമാണെ'ന്നു വിശ്വസിച്ചി

രുന്ന എർദോഷ് തനിക്ക് കിട്ടുന്നതെന്തും ഗണിതപഠനം പ്രോത്സാഹിപ്പിക്കാനായി ചെലവഴിക്കാനും തയ്യാറായിരുന്നു. പൂർണ്ണസംഖ്യകളുടെ സവിശേഷതകളെക്കുറിച്ചു പഠിക്കുന്ന ഗണിതശാഖയാണ് 'നമ്പർതിയറി'. എർദോഷനു പ്രിയപ്പെട്ട മേഖലയും ഇതുതന്നെയായിരുന്നു. നമ്പർതിയറിയിൽ ഏറെ ശ്രദ്ധിക്കപ്പെട്ട ഒരു തിയറമുണ്ട്. ഒരു അഭാജ്യസംഖ്യയുടെയും അതിന്റെ ഇരട്ടിയുടെയും ഇടയിൽ മറ്റൊരെണ്ണം ഉണ്ടാകും എന്നതാണ് ആ തിയറം. അഞ്ച് ഒരു അഭാജ്യസംഖ്യയാണല്ലോ 5ന്റെയും അതിന്റെ ഇരട്ടിയായ പത്തിന്റെയും ഇടയിൽ 7 എന്ന അഭാജ്യസംഖ്യയുണ്ടല്ലോ. അതേപോലെ 7ന്റെയും 14ന്റെയും ഇടയിൽ രണ്ട് അഭാജ്യസംഖ്യകളുണ്ട്. പതിനൊന്നും പതിമൂന്നും. ചുരുങ്ങിയത് ഒന്നെങ്കിലുമുണ്ടാകും എന്നാണ് ഈ തിയറം പറയുന്നത്. 1896 ലാണ് ഈ തിയറത്തിനൊരു തെളിവുകണ്ടെത്തിയത്. എന്നാലത് ഇത്തിരി സങ്കീർണ്ണമായിരുന്നു. ലളിതവും അടിസ്ഥാനവസ്തുകൾ മാത്രമുപയോഗിച്ചുകൊണ്ടുള്ളതുമായ ഒരു തെളിവു കണ്ടെത്താൻ കഴിയില്ല എന്നായിരുന്നു 1949 വരെ കരുതപ്പെട്ടിരുന്നത്. ആ വർഷത്തിൽ എർദോഷും ഒരു സഹഗവേഷകനും ചേർന്ന് താരതമ്യേന ലളിതമായ ഒരു തെളിവ് കണ്ടെത്തുകയുണ്ടായി. അന്ന് എർദോഷിന് ഇരുപതു വയസ്സുമാത്രമായിരുന്നു പ്രായം.

എണ്ണൽസംഖ്യകളുപയോഗിച്ച് പൈയുടെ വിലയിലെത്തുന്ന രസകരമായൊരു മാർഗ്ഗവും എർദോഷിന്റേതായുണ്ട്. n ഒന്നിക്കൊൾ വലിയ ഒരു എണ്ണൽസംഖ്യയാണെങ്കിൽ അതിനെ തൊട്ടടുത്ത $(n-1)$ ന്റെ ഗുണിതമായി റൗണ്ടു ചെയ്യുക എന്നതാണ് ഇതിന്റെ ആദ്യഘട്ടത്തിൽ ചെയ്യേണ്ടത്. ആ സംഖ്യയെ തൊട്ടടുത്ത $(n-2)$ വിന്റെ ഗുണിതമായി റൗണ്ടു ചെയ്യുകയാണ് അടുത്തഘട്ടം. ഒടുവിൽ രണ്ടിന്റെ ഗുണിതത്തിലെത്തുന്നതുവരെ ഇതു തുടരണം. അവസാനം ലഭിക്കുന്നസംഖ്യയെ $f(n)$ എന്നു സൂചിപ്പിക്കുന്നു. $f(5)$ എങ്ങനെയാണു കണക്കാക്കുന്നത് എന്നു നോക്കാം. അഞ്ചിന്റെ തൊട്ടടുത്തുള്ള നാലിന്റെ ഗുണിതമാണല്ലോ എട്ട്. അടുത്തസംഖ്യ എട്ടിന്റെ തൊട്ടടുത്തുവരുന്ന മൂന്നിന്റെ ഗുണിതമാണ്, അതായത് ഒമ്പത്. ഒമ്പതിന്റെ തൊട്ടടുത്തുള്ള രണ്ടിന്റെ ഗുണിതമായ പത്തിലെത്തുമ്പോൾ ഈ നിജപ്പെടുത്തലുകൾ അവസാനിക്കുന്നു അതിനാൽ $f(n)=10$. ഏഴിൽ തുടങ്ങി $f(7)$ ൽ എത്തുന്ന ഓരോഘട്ടവും താഴെകൊടുത്തിരിക്കുന്നു.

$$7 \to 12 \to 15 \to 16 \to 18 \to 20$$

ചില എണ്ണൽസംഖ്യകളും അവയുടെ എർദോഷ് $f(n)$ യും താഴെ കൊടുത്തിരിക്കുന്നു.

n	$f(n)$
3	4
4	8
5	10
6	16
7	18
8	28
9	32
10	40
20	148
25	280

n ന്റെ വില വളരെ വലുതാവുമ്പോൾ $\frac{n^2}{f(n)}$ ന്റെ വില പൈയോട് അടുക്കുന്നു എന്നാണ് എർദോഷിന്റെ കണ്ടെത്തൽ.

അതായത്. $\underset{n\to\infty}{Lt}\frac{n^2}{f(n)}=\pi$.

തികച്ചും അപ്രതീക്ഷിതമായി എണ്ണൽസംഖ്യകളുടെ കളിയരങ്ങിലേക്ക് പൈ കടന്നു വരുന്ന മറ്റൊരു സന്ദർഭമാണിത്.

അനന്തതയുടെ കൂട്ടുകാരൻ

പ്രഭാതഭക്ഷണത്തിനിടയിൽ തനിക്കുവരുന്ന കത്തുകൾ പൊട്ടിച്ചുവായിക്കുന്ന പതിവുണ്ടായിരുന്നു ജി. എച്ച് ഹാർഡിക്ക്. അന്നും ആ പതിവു തെറ്റിയില്ല. 1913 ജനുവരി മാസത്തിലെ ഒരു പ്രഭാതമായിരുന്നു അത്. അന്ന് വളരെ കുറച്ചു കത്തുകൾ മാത്രമെ ഹാർഡിയെ തേടി എത്തിയിരുന്നുള്ളു. കാംബ്രിഡ്ജിലെ ട്രിനിറ്റി കോളേജിലെ പ്രൊഫസറായിരുന്നു ഹാർഡി ഒപ്പം അതിപ്രഗത്ഭനായൊരു ഗണിതജ്ഞനുമായിരുന്നു. ഇന്ത്യൻ സ്റ്റാമ്പൊട്ടിച്ച തവിട്ടുനിറമുള്ള ഒരു സാധാരണ കവർ ഹാർഡിക്ക് അന്നു ലഭിച്ച എഴുത്തുകളുടെ കൂട്ടത്തിലുണ്ടായിരുന്നു. ഒരു സ്കൂൾ കുട്ടിയുടെ കോപ്പിയെഴുത്തിലെ കൈപ്പട അനുസ്മരിപ്പിക്കുന്ന ആ കത്ത് കൗതുകത്തോടയൊണ് ഹാർഡി വായിച്ചു തുടങ്ങിയത്. മദിരാശിയിലെ പോർട്ട് ട്രസ്റ്റ് ഓഫീസിൽ ജോലിചെയ്യുന്ന ഒരു ക്ലാർക്കാണ് താനെന്ന് പരിചയപ്പെടുത്തിക്കൊണ്ടായിരുന്നു ആ എഴുത്തു തുടങ്ങിയത്. അടിയിലായി ഒപ്പിട്ടത് എസ്. രാമാനുജൻ എന്നായിരുന്നു. സർവ്വകലാശാലാ പഠനമൊന്നും നേടിയ ആളല്ല താനെന്നും എന്നാൽ തന്റേതായ രീതിയിൽ ഗണിതത്തിന്റെ വഴിയിലൂടെ സഞ്ചരിക്കാറുണ്ടെന്നും രാമാനുജൻ എഴുതുന്നു. എഴുത്തിനോടൊപ്പമുള്ള തന്റെ കണ്ടെത്തലുകൾ പരിശോധിച്ചു വിലയിരുത്തണമെന്ന അപേക്ഷയായിരുന്നു എഴുത്തിലെ കാതലായ ഭാഗം.

എഴുത്തുവായിച്ച ശേഷം അതോടൊപ്പം ഒമ്പതു പേജുകളിലായി നിരത്തി എഴുതിയ സമവാക്യങ്ങളിലൂടെ ഹാർഡി കണ്ണോടിച്ചു. അവയിൽ നമ്പർ തിയറിയുമായി ബന്ധപ്പെട്ട കുറെ കണ്ടെത്തലുകളുണ്ടായിരുന്നു. ചിലതെല്ലാം മുമ്പു തെളിയിക്കപ്പെട്ടവയായിരുന്നു. മറ്റു ചിലത് അവിശ്വസനീയമാം വിധം അസാധാരണവുമായിരുന്നു. ആ തിയറങ്ങളോടൊപ്പം തെളിവുകളൊന്നുമുണ്ടായിരുന്നില്ല. എന്നാൽ നിഗൂഢത

യുടെ ഒരു പരിവേഷം ആ കണ്ടെത്തലുകൾക്കു ചുറ്റിലുമുള്ളതായി തോന്നിച്ചിരുന്നു. ഒരു എക്സന്റ്റിക്കിന്റെ വന്യമായ കല്പനകളെന്ന് അവയെ തള്ളിക്കളയണോ ഗണിതത്തെ ആഴത്തിലറിഞ്ഞ ഒരാളുടെ നിരീക്ഷണങ്ങളെന്നു സ്വീകരിക്കണോ എന്നറിയാതെ ഹാർഡി കുഴങ്ങിപ്പോയി. അന്ന് തന്റെ പതിവുചര്യകൾക്കിടയിലും മദിരാശിയിൽ നിന്നു വന്ന ആ എഴുത്തും അവയിലെ നിരീക്ഷണങ്ങളും ഹാർഡിയുടെ മനസ്സിലേക്ക് തികട്ടി വന്നുകൊണ്ടിരുന്നു. ഒടുവിൽ തന്റെ സഹപ്രവർത്തകനും പഴയകാല വിദ്യാർത്ഥിയുമായ ലിറ്റിൽവുഡിനെ ഹാർഡി അന്നു രാത്രി വിളിച്ചുവരുത്തി. രണ്ടു പേരും വളരെ സമയം ചെലവഴിച്ച് ആ നിരീക്ഷണങ്ങളിലേക്ക് ആഴത്തിലിറങ്ങി. ഒടുവിലവർക്ക് ഒരു കാര്യം ബോധ്യമായി. ശ്രീനിവാസ രാമാനുജൻ ഒരു ജീനിയസ്സാണെന്ന്. പിന്നീട് ആ നൈസർഗ്ഗിക പ്രതിഭ കാംബ്രിഡ്ജിലെത്തിയതും ഹാർഡിയുമായി ചേർന്ന് ഗവേഷണങ്ങളിൽ മുഴുകിയതും നാം അഭിമാനത്തോടെ ഓർക്കുന്ന ചരിത്രമാണല്ലോ.

ജി. എച്ച് ഹാർഡി

ഹാർഡിയും രാമാനുജനുമായുള്ള സൗഹൃദത്തിന്റെ ആഴവും രാമാനുജന് സംഖ്യകളുമുയുള്ള ആത്മബന്ധവും വ്യക്തമാക്കുന്ന പ്രസിദ്ധമായൊരു സംഭവമുണ്ടല്ലോ. ലണ്ടനിലെ ഒരു ക്ലിനിക്കിൽ രാമാനുജൻ ചികിത്സയിലായിരുന്നപ്പോൾ പതിവുസന്ദർശകനായിരുന്നു ഹാർഡി. ക്ളിനിക്കിൽ വെച്ചും അവരുടെ സംസാരവിഷയം ഗണിതം തന്നെയായിരുന്നു. 'ഇന്നു ഞാൻ വന്ന ടാക്സി കാറിന്റെ നമ്പർ 1729 എന്നാണ്. ഒരു രസവുമില്ലാത്ത നമ്പർ'. ഒരു ദിവസം ഹാർഡി സംസാരം തുടങ്ങിയതിങ്ങനെയായിരുന്നു. എന്നാൽ രാമാനുജൻ പെട്ടെന്നു തന്നെ തിരുത്തി. 'അങ്ങനെയല്ല ഹാൽഡി, വളരെ രസകരമായ ഒരു സംഖ്യയാണത്. രണ്ടു ഘനങ്ങളുടെ (cubes) തുകയായി രണ്ടു തരത്തിൽ എഴുതാൻ കഴിയുന്ന ഏറ്റവും ചെറിയ എണ്ണൽ സംഖ്യയാണത്.' താഴെ കൊടുത്തതിൽ നിന്നും രാമാനുജൻ അർത്ഥമാക്കിയത് എന്താണെന്നു വ്യക്തമാകും.

$$1729 = 12^3 + 1^3 = 10^3 + 9^3$$

അന്നു മുതൽ ഈ സംഖ്യ ടാക്സി കാർ നമ്പർ എന്നാണ് അറിയപ്പെടുന്നത്. 1729 നെക്കാൾ വലിയ ചില ടാക്സി കാർ നമ്പറുകൾ താഴെ

കൊടുക്കുന്നു

$$4104 = 16^3 + 2^3 = 15^3 + 9^3$$
$$13832 = 24^3 + 2^3 = 20^3 + 18^3$$
$$20683 = 27^3 + 10^3 = 24^3 + 19^3$$

റോബർട്ട് കനിഗൽ രചിച്ച രാമാനുജന്റെ ജീവചരിത്രമാണ് 'The man who knew Infintiy'. അനന്തശ്രേണികളുമായി ബന്ധപ്പെട്ട ഒട്ടേറെ കണ്ടെത്തലുകൾ രാമാനുജന്റേതായുണ്ട്. 1911 ൽ തുടർച്ചയായ വർഗ്ഗമൂല ക്രിയകളടങ്ങിയ ഒരു ശ്രേണി തുക കാണാനായി മദ്രാസ് മാത്മാറ്റിക്കൽ സൊസൈറ്റിയുടെ ഒരു ജേണലിൽ രാമാനുജൻ പ്രസിദ്ധപ്പെടുത്തുകയുണ്ടായി.
(ആ പ്രശ്നമാണ് താഴെ കൊടുത്തിരിക്കുന്നത്).

$$\sqrt{1+2\sqrt{1+3\sqrt{1+4\sqrt{1+\ldots\ldots\ldots\ldots}}}} = ?$$

വായനക്കാരിലാർക്കും അതിന് ഉത്തരം കണ്ടെത്താൻ കഴിഞ്ഞില്ല. ഒടുവിൽ ആ പ്രതിഭാശാലി തന്നെ ഉത്തരവും നല്കി. ഉത്തരം 3 എന്നാണ്.

പൈയുടെ വില കണക്കാക്കാനുള്ള ചില സവിശേഷമാർഗ്ഗങ്ങൾ രാമാനുജന്റെ കണ്ടെത്തലുകളുടെ കൂട്ടത്തിലുണ്ട്. അവയിൽ താരതമ്യേന ലളിതമായ ഒന്ന് ഇപ്രകാരമാണ്.

$$\pi = (9^2 + \frac{19^2}{22})^{1/4} = (81 + \frac{361}{22})^{1/4} = (\frac{2143}{22})^{1/4}$$

ഒരു കാൽക്കുലേറ്ററുപയോഗിച്ച് (2143/ 22) ന്റെ വർഗ്ഗമൂലവും പിന്നീട് അതിന്റെ വർഗ്ഗമൂലവും കണ്ടാൽ ഉത്തരമായി. 3.1415 9265 2582 6461 2520 6037...എന്നിങ്ങനെയാണ് ആ വില.

ആഡ്രിയൻ മെറ്റിയസ്

പൈയുടെ വിലയോട് ഏറെ അടുത്തു നില്ക്കുന്ന ഒരു അഭിന്നക മാണ് (355/113) ആഡ്രിയൻ മെറ്റിയസ് എന്ന ഗണിതജ്ഞനാണ് ഈ വില ആദ്യമായ തിരിച്ചറിഞ്ഞത്. അങ്കഗണിതത്തിലെ രീതികളുപയോ ഗിച്ചാണ് മെറ്റിയസ് ഈ വിലയിലെത്തിയത്. പിന്നീട് രാമാനുജൻ ജ്യാമിതീയമായ മാർഗത്തിലൂടെ ഈ വിലയിലെത്തുകയുണ്ടായി. ഈ ഭിന്നകത്തിന്റെ ദശാംശ രൂപം 3.141640786... എന്നിങ്ങനെ കണക്കാക്കാം. പൈയോട് ഏറെ അടുത്ത വില തന്നെ. പൈയോട് അടുത്തു നില്ക്കുന്ന മറ്റു രണ്ടു സംഖ്യാരൂപങ്ങളും അവയുടെ ദശാശ രൂപത്തിലുള്ള ഏക ദേശ വിലകളുമാണ് താഴെ കൊടുത്തിരിക്കുന്നത്. രണ്ടും രാമാനുജന്റെ നോട്ടു പുസ്തകത്തിലുണ്ടായിരുന്നവ തന്നെ.

$$\frac{9}{5}+\sqrt{\frac{9}{5}}=3.141640786$$

$$\frac{19\sqrt{7}}{16}=3.141829681$$

പൈയുടെ വില നിർണയിക്കാൻ സഹായിക്കുന്ന ചില ശ്രേണികൾ കൂടി ആ പ്രതിഭാശാലിയുടെ കണ്ടെത്തലുകളിൽ പെടുന്നു. താരത മ്യേന ലളിതമായ രണ്ടു ശ്രേണികൾ ഇവയാണ്.

$$\frac{2}{\pi}=1-5\left(\frac{1}{2}\right)^3+9\left(\frac{1\times3}{2\times4}\right)^3-13\left(\frac{1\times3\times5}{2\times4\times6}\right)^3+\ldots\ldots\ldots\ldots$$

$$\frac{4}{\pi}=1+\left(\frac{1}{2}\right)^2+\left(\frac{1}{2\times4}\right)^2+\left(\frac{1\times3}{2\times4\times6}\right)^2+\left(\frac{1\times3\times5}{2\times4\times6\times8}\right)^2+\ldots\ldots\ldots\ldots$$

(രണ്ടിലും ബ്രായ്ക്കറ്റിനകത്തുള്ളത് തുടർച്ചയായ ഗുണനങ്ങളാണ് എന്നു ശ്രദ്ധിക്കുക). ആ പ്രതിഭാശാലിയുടെ സജീവശ്രദ്ധ പതിഞ്ഞ മറ്റൊരു മേഖലയാണ് വിതതഭിന്നങ്ങൾ (Continued fractions).

വിതതഭിന്നങ്ങൾ എന്നാലെന്താണെന്നു നോക്കാം. ഒരു ഭിന്നകത്തെ ഒരു പൂർണ്ണസംഖ്യയുടെയും മറ്റൊരു ഭിന്നകത്തിന്റെയും തുകയായി എഴുതുകയാണ് ആദ്യമായി ചെയ്യേണ്ടത്. രണ്ടാമത്തെ ഭിന്നകത്തിന്റ വ്യുത്ക്രമത്തെ വിണ്ടും ഒരു പൂർണ്ണസംഖ്യയുടെയും തുകയായി എഴു തുകയും പിന്നിട് ഇതേ രീതിയിൽ ആവർത്തിക്കുകയും ചെയ്യുക. ഒടു വിൽ ഒന്നിനേക്കാൾ ചെറിയ ഭിന്നകത്തിലെത്തുന്നതോടെ ക്രിയ അവ സാനിക്കുന്നു.

ഒരുദാഹരണം കൊണ്ട് ഈ ക്രിയകൾ വ്യക്തമാക്കാം.

$\frac{1402}{457}$ എന്ന ഭിന്നകം പരിഗണിക്കുക.

ഇതിനെ $3+\frac{31}{457}=3+\frac{1}{\frac{457}{31}}$ എന്നെഴുതാം.

ഇതിലെ $\frac{457}{31}$ നെ $14+\frac{23}{31}=14+\frac{1}{\frac{31}{23}}$ എന്നുമെഴുതാം.

$\frac{31}{23}$ നെ $1+\frac{8}{23}=1+\frac{1}{\frac{23}{8}}$

അടുത്ത ഘട്ടത്തിൽ $\frac{23}{8}=2+\frac{7}{8}=2+\frac{1}{\frac{8}{7}}$ അവസാനമായി

$\frac{8}{7}$ നെ $1+\frac{1}{7}$ എന്നെഴുതുന്നതോടെ സ്റ്റെപ്പുകൾ അവസാനിക്കുകയായി.

ഈ ക്രിയകളെല്ലാം ചേർന്നാൽ $\frac{1402}{457}$ ന്റെ വിതതഭിന്നമായി, അതായത്

$$\frac{1402}{457}=3+\cfrac{1}{14+\cfrac{1}{1+\cfrac{1}{2+\cfrac{1}{1+\cfrac{1}{7}}}}}$$

ഒരു ഭിന്നകത്തിന്റെ വിതതഭിന്നം അവസാനിക്കുന്നതു കാണാം എന്നാൽ ഒരു അഭിന്നകത്തെ ഇതേ രീതിയിലെഴുതിയാൽ അത് അനന്തമായി തുടരുന്നു. മുമ്പ് പൈതഗോറസിനെ ഭയപ്പെടുത്തിയ $\sqrt{2}$ നെ ഇതേ രീതിയിൽ എങ്ങനെ എഴുതാമെന്നു നോക്കാം.

$$\sqrt{2}=1+\frac{1}{1+\sqrt{2}}$$

എന്നെഴുതാമല്ലോ ഇതിൽ ഛേദത്തിലെ $\sqrt{2}$ നെ വീണ്ടും ഇതേ രീതിയിലെഴുതാം ഇങ്ങനെ തുടരാനും കഴിയും.

$\sqrt{2}$ ന്റെ വിതതഭിന്നമായി.

$$\sqrt{2}=1+\cfrac{1}{2+\cfrac{1}{2+\cfrac{1}{2+\cfrac{1}{2+\cfrac{1}{2+\ldots\ldots\ldots}}}}}$$

വന്യവും വശ്യവുമായ ഒരു സൗന്ദര്യം അഭിന്നകങ്ങളുടെ വിതതഭിന്നത്തിലുണ്ട് എന്നു പറയേണ്ടതില്ലല്ലോ. $\sqrt{3}$ ന്റെ വിതതഭിന്നമാണ് താഴെ കൊടുത്തിരിക്കുന്നത്.

$$\sqrt{3}=1+\cfrac{2}{1+\cfrac{2}{1+\cfrac{2}{1+\cfrac{2}{1+\cfrac{2}{1+\ldots\ldots\ldots}}}}}$$

ഏറ്റവും മനോഹരമായ വിതതഭിന്നം കനകാംശബന്ധം (Golden ratio) എന്നറിയപ്പെടുന്ന അഭിന്നകത്തിന്റേതാണ്. എന്താണ് കനകാംശബന്ധമെന്ന് ജ്യാമിതീയമായി മനസ്സിലാക്കാൻ ശ്രമിക്കാം. ഒരു ചതുരത്തിൽ നിന്നും ഏറ്റവും വലിയ സമചതുരം മുറിച്ചു മാറ്റി എന്നു കരുതുക. അവശേഷിക്കുന്ന ചതുരത്തിന്റെ വശങ്ങളുടെ അംശ ബന്ധവും ആദ്യത്തെ ചതുരത്തിലെ വശങ്ങളുടെ അംശ ബന്ധവും ഒന്നു തന്നെയാണെങ്കിൽ ഈ അംശബന്ധമാണ് കനകാംശ ബന്ധം. ചിത്രത്തിലെ വലിയ ചതുരത്തിന്റെ വശങ്ങൾ x യൂനിറ്റ് 1 യൂനിറ്റ് എന്നീ അളവിലാണ്. മുറിച്ചു മാറ്റുന്ന സമചതുരത്തിന്റെ വശങ്ങൾ ഒരു യൂനിറ്റ് വീതം നീളമുള്ളവയാണ്. അവശേഷിക്കുന്ന ചതുരത്തിന്റെ നീളവും വീതിയും 1 യൂനിറ്റ് x- 1 യൂനിറ്റ് എന്നിങ്ങനെ ആയിരിക്കുല്ലോ. ചതുരങ്ങളുടെ വശങ്ങളുടെ അംശബന്ധങ്ങൾ തുല്യമാണ് എന്നത് $1:x-1=x:1$ എന്നെഴുതാം. അതായത് $1/(x-1)=x/1$ അപ്പോൾ x ന്റെ വില എന്ന സമ

വാക്യത്തിന്റെ പോസിറ്റീവ് മൂല്യമായിരിക്കുമല്ലോ. അത് $\frac{1+\sqrt{5}}{2}$ എന്നു കണക്കാക്കാം. (ദ്വിമാനസമവാക്യങ്ങൾ നിർദ്ധാരണം ചെയ്യാനറിയുന്നവർക്ക് ഇതു നിഷ്പ്രയാസം കണ്ടെത്താവുന്നതാണ്).

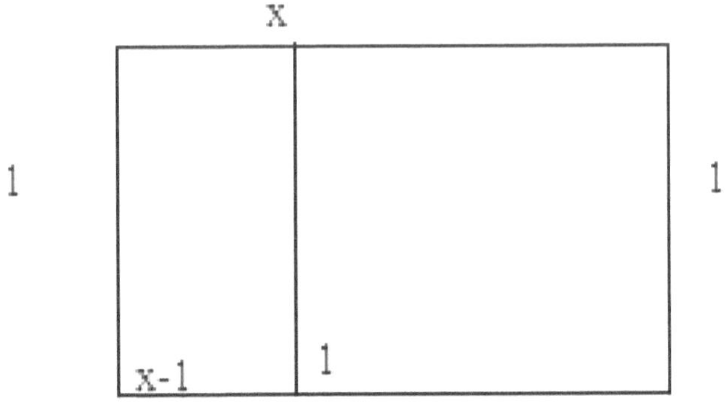

നീളവും വീതിയും കനകാംശ ബന്ധത്തിലായ ചതുരത്തെ കനകചതുരം എന്നു വിശേഷിപ്പിക്കുന്നു. നവോത്ഥാന കാലഘട്ടത്തിലെ ചിത്രകാരൻമാർ അവരുടെ പെയിന്റിംഗുകൾക്കായി കനകചതുരാകൃതിയിലുള്ള ക്യാൻവാസുകൾ ഉപയോഗിച്ചിരുന്നുവത്രെ. ചിത്രങ്ങൾക്ക് കൂടുതൽ ദൃശ്യഭംഗിയുണ്ടാവാനുള്ള ഒരു മാർഗ്ഗമായിരുന്നു ഇത്. കനകാംശ ബന്ധത്തെ സാധാരണയായി ϕ എന്ന അക്ഷരം കൊണ്ടാണ് സൂചിപ്പിക്കുന്നത്. പ്രശസ്തനായ ശാസ്ത്ര സാഹിത്യകാരൻ ജെയിംസ് പിക്കോവർ തന്റെ 'The loom of God'എന്ന പുസ്തകത്തിൽ പൈയും കനകാംശ ബന്ധവും താരതമ്യം ചെയ്ത് ഒരു ബന്ധം കണ്ടെത്തുന്നണ്ട്. അത് $\frac{6}{5}\phi = \pi$ എന്നതാണ്. രണ്ടു വിലകളും താഴെ കൊടുത്തിരിക്കുന്നു. അവ വളരെ കൃത്യമല്ലെങ്കിലും അടുത്തു നില്ക്കുന്നവയാണെന്നു കാണാം.

$$\frac{6}{5}\phi = 3.1416407864998......$$

$$\pi = 3.1415926535897....$$

കനകാംശ ബന്ധത്തിന്റെ വിതതഭിന്നം ഏറെ സുന്ദരമാണ്. ഒന്ന് എന്ന അക്കം മാത്രമെ അതിൽ ഉപയോഗിക്കുന്നുള്ളു.

$$\phi = 1 + \cfrac{1}{1+\cfrac{1}{1+\cfrac{1}{1+\cfrac{1}{1+\cfrac{1}{1+\cfrac{1}{1+\ldots\ldots\ldots\ldots}}}}}}$$

ദശാംശ രൂപത്തിലെഴുതിയാൽ ϕ യുടെ വില 1.618033988.. എന്നാണ്. വിതതഭിന്നകത്തിലെ ഓരോ ഘട്ടത്തിലുമുള്ള വിലകളെടുത്താൽ അത് ϕ യോട് അടുത്തു വരുന്നതു കാണാം.

വിതതഭിന്നത്തിലെ ആദ്യവില 1 എന്നാണല്ലോ.

രണ്ടാമത്തെ വില $1+\frac{1}{1}=2$.

മൂന്നാമത്തെ ഘട്ടത്തിലെ വില $1+\cfrac{1}{1+\cfrac{1}{1}}=1+\frac{1}{2}=\frac{3}{2}=1.5$.

അടുത്ത വില $1+\cfrac{1}{1+\cfrac{1}{1+\cfrac{1}{1}}}=1+\cfrac{1}{1+\cfrac{1}{2}}=1+\frac{2}{3}=\frac{5}{3}=1.6666...$

ഓരോ ഘട്ടം കഴിയും തോറും വിതതഭിന്നത്തിന്റെ വില ϕ യുടെ വിലയോട് അടുത്തടുത്തു വരുന്നു. 1770 ൽ ലാംബർട്ട് എന്ന ഗണിതജ്ഞനാണ് പൈയുടെ വിതതഭിന്നം കണ്ടെത്തിയത്.

$$\pi=3+\cfrac{1}{7+\cfrac{1}{15+\cfrac{1}{1+\cfrac{1}{292+\cfrac{1}{1+\cfrac{1}{1+\cfrac{1}{1+\cfrac{1}{2+\dots\dots\dots\dots}}}}}}}}$$

ലാംബർട്ട്

ഈ വിതതഭിന്നത്തിലെ ഓരോഘട്ടത്തിലെയും വിലകൾ

$3, \frac{22}{7}, \frac{333}{106}, \frac{355}{113}, \frac{103993}{33102}, ...$

എന്നിവയാണ്. ഇവയിൽ ഓരോന്നും പൈയുടെ വിലയായി മുമ്പ് സ്വീകരിക്കപ്പെട്ടവയാണ്. ആദ്യകാലങ്ങളിൽ ഉപയോഗിച്ച വിലയാണ് 3. ആർക്കിമിഡിസ് കണ്ടെത്തിയ ഉച്ചപരിധിയാണ് $\frac{22}{7}$. ആഡ്രിയൻ അന്തോണിസോൺ കണ്ടെത്തിയ നീച പരിധിയാണ്. $\frac{333}{106}$ അഞ്ചാം നൂറ്റാണ്ടിൽ ഷൂ ചംഗ് ചി എന്ന ചൈനീസ് ഗണിതജ്ഞൻ കണ്ടെത്തിയ വിലയാണ് $\frac{355}{113}$.

ഒരു വിതതഭിന്നത്തിൽ അംശങ്ങളായി വരുന്നത് ഒന്ന് ആകുമ്പോഴാണ് ആ വിതതഭിന്നം സ്റ്റാൻഡേർഡ് രൂപത്തിലാണ് എന്നു പറയുന്നത്. ലാംബർട്ട് കണ്ടെത്തിയ പൈയുടെ വിതതഭിന്നം സ്റ്റാൻഡേർഡ് രൂപത്തിലുള്ളതാണ്. വൈദ്യശാസ്ത്ര ബിരുദധാരിയായ വില്യം ബ്രോങ്കർ പൈയുടെ വില കാണാൻ സഹായിക്കുന്ന ഒരു വിതതഭിന്നം കണ്ടെത്തുകയുണ്ടായി. ബ്രോങ്കറുടെ വിതതഭിന്നമാണ് താഴെ കൊടുത്തിരിക്കുന്നത്.

$$\frac{4}{\pi} = 1 + \cfrac{1^2}{2 + \cfrac{3^2}{2 + \cfrac{5^2}{2 + \cfrac{7^2}{2 + \cfrac{9^2}{2 + \cfrac{11^2}{2 + ...}}}}}}$$

1962 ൽ ജെയിംസ് സിൽവിസ്റ്റർ കണ്ടെത്തിയ മറ്റൊരു വിതതഭിന്നമാണിത്

$$\frac{\pi}{2} = 1 + \cfrac{1}{1 + \cfrac{1 \times 2}{1 + \cfrac{2 \times 3}{1 + \cfrac{3 \times 4}{1 + \cfrac{4 \times 5}{1 + \cfrac{5 \times 6}{1 + ...}}}}}}$$

തികച്ചും രൂപഭംഗിയുള്ളവ അല്ലേ. പൈയെക്കുറിച്ചു മനസ്സിലാക്കാൻ ശ്രമിക്കുന്നത് സമുദ്രാന്തർഭാഗത്ത് പഠനം നടത്തുന്നതു പോലെയാണ്. ചുഴിയും മഹാപ്രവാഹങ്ങളും ഒപ്പം ഇടയ്ക്കു തെളിയുന്ന പവിഴദ്വീപുകളും തീർക്കുന്ന അനന്തസാധ്യതകളുടെ ഒരു സങ്കീർണ്ണലോകം തന്നെയാണത്.

ഗണിതത്തിലെ പവിഴദ്വീപ്

ആയിരത്തി തൊള്ളായിരത്തി മുപ്പത്തിയേഴിൽ പാരീസിലെ സയൻസ് മ്യൂസിയത്തിലെ 31-ാം നമ്പർ മുറിയുടെ മേൽത്തട്ടിൽ പൈയുടെ അക്കങ്ങൾ ഒരു സ്പൈറൽ ആകൃതിയിൽ മരത്തിൽ കൊത്തിവെക്കുകയുണ്ടായി. 1874 -ൽ വില്യം ഷാൻക്സ് കണ്ടെത്തിയ വിലയായിരുന്നു അന്ന് ഉപയോഗിച്ചിരുന്നത്. എന്നാൽ ആ വിലയുടെ 528-ാമത്തെ അക്കത്തിൽ ഒരു പിഴവുണ്ടായിരുന്നു. ഈ തെറ്റ് കണ്ടെത്തിയത് 1946 -ലാണ്. മ്യൂസിയത്തിലെ വിലയിൽ തിരുത്തൽ വരുത്തിയത് 1949 -ലായിരുന്നു. ഷാൻക്സിന്റെ പിഴവ് പൊറുക്കാവുന്നതാണ്. അന്ന് ഇന്നത്തേതു പോലെ സാങ്കേതിക വിദ്യയുടെ സഹായമുണ്ടായിരുന്നില്ല. ഇന്ന് പൈയുടെ ദശാംശസ്ഥാനങ്ങളുടെ അഗാധകയങ്ങളിലേക്കു കൂപ്പുകുത്തുന്നവരുണ്ട്. അവർ കണ്ടെത്തുന്ന വിവരങ്ങൾ ഏറെ രസകരമാണ്. പൈയുടെ വിലയിൽ ഒരേ അക്കങ്ങൾ നിരന്നുവരുന്നതായി കണ്ടെത്തിയിട്ടുണ്ട്. അതിന് കാതങ്ങൾ കടന്നെത്തണമെന്നു മാത്രം. ഒരു ട്രില്യൺ സ്ഥാനങ്ങളെങ്കിലും കഴിയുമ്പോഴേ ഇതു സംഭവിക്കുകയുള്ളു. (പതിനായിരം കോടിയാണ് ഒരു ട്രില്യൺ എന്നോർക്കുക). 368, 299, 898, 266 -ാമത്തെ ദശാംശ സ്ഥാനത്തിനു ശേഷം 777777777777 എന്നിങ്ങനെ പന്ത്രണ്ട് ഏഴുകൾ നിരന്നു വരുന്നതു കാണാം. എന്നാൽ 897, 831,316,556 -ാമത്തെ ദശാംസ്ഥാനത്തിനു ശേഷം 999999999999 എന്ന് പന്ത്രണ്ട് ഒമ്പതുകളുടെ ഒരു എഴുന്നെള്ളത്താണ്. 111111111111 എന്ന് പന്ത്രണ്ട് ഒന്നുകൾ നിരന്നു വരുന്നതു കാണാൻ ഒരു ലക്ഷം കോടി ദശാംശസ്ഥാനങ്ങൾ കഴിയുന്നതു വരെ കാത്തിരിക്കണം. കൃത്യമായി പറഞ്ഞാൽ 1,041,032,609,981 ദശാംശസ്ഥാനങ്ങൾ കഴിയണം. ക്ഷമയോടെ 1,141,385,905,180 സ്ഥാനങ്ങൾ കഴിയുന്നതു വരെ കാത്തിരുന്നാൽ 888888888888 എന്ന് പന്ത്രണ്ട് എട്ടുകൾ നിരന്നു വരു

ന്നതു കാണാം. 666666666666 എന്നിങ്ങനെ പന്ത്രണ്ട് ആറുകൾ 1,221,587,715, 177 -ാമത്തെ ദശാംശസ്ഥാനത്തിനു ശേഷമാണ് വരുന്നത്. അതേ പോലെ ഒന്നുമുതൽ ഒമ്പതുവരെയുള്ള തുടർച്ചയായ എണ്ണൽസംഖ്യകൾ വരുന്ന സന്ദർഭങ്ങളുമുണ്ട്. അതുമാത്രമല്ല അവയുടെ തുടക്കത്തിലും അവസാനത്തിലും വരുന്ന അക്കം പൂജ്യവുമാണ്. ഏതെല്ലാം ദശാംശസ്ഥാനങ്ങൾക്കു ശേഷമാണ് ഇതു സംഭവിക്കുക എന്നറിയാൻ താഴെ കൊടുത്തിരിക്കുന്ന പട്ടിക കാണുക

അക്കങ്ങൾ	പൈയുടെ ദശാംശസ്ഥാനം
01234567890	53,217 681,704
01234567890	148,425,641,592
01234567890	461,766,198,041
01234567890	542,229,022,495
01234567890	674,836,914,243
01234567890	731,903,047,549
01234567890	751,931,754,993
01234567890	884,326,441,338
01234567890	1,073,216,766,668

ശാസ്ത്രജ്ഞനും എഴുത്തുകാരനുമായ കാൾസാഗന്റെ കോൺടാക്ട് എന്ന നോവലിലെ ഒരു കഥാപാത്രം പൈയുടെ അക്കങ്ങളുടെ കയങ്ങളിലെവിടെയൊ ദൈവം പ്രപഞ്ചസൃഷ്ടിയുടെ രഹസ്യം ഒളിപ്പിച്ചുവെച്ചതായി പറയുന്നുണ്ട്. പൈയുടെ വിലകൾക്കിടയിൽ തെളിയുന്ന മായികതകൾ തീർച്ചയായും അങ്ങനെ കരുതാൻ പ്രേരിപ്പിക്കുന്നവയാണ്. മുകളിൽ കൊടുത്ത അക്കങ്ങൾ അവരോഹണക്രമത്തിൽ വരുന്ന സന്ദർഭങ്ങളുമുണ്ട്. അതായത് 09876543210 എന്നിങ്ങനെ ഏതെല്ലാം ദശാംശസ്ഥാനങ്ങൾ കഴിഞ്ഞാലാണ് ഇതു സംഭവിക്കുക എന്ന് താഴെ കൊടുത്തിരിക്കുന്നു;

അക്കങ്ങൾ	ദശാംശസ്ഥാനം
09876543210	42,321,758,803
09876543210	57,402,068,394
09876543210	83,358,197,954
09876543210	264,556,921,332
09876543210	437,898,859,384
09876543210	454,479,252,941
09876543210	614,717,584,937
09876543210	704,023,668,380
09876543210	718,507,192,392
09876543210	790,092685, 538
09876543210	818,935,607,491

അക്കങ്ങൾ	ദശാംശസ്ഥാനം
09876543210	907,466,125,920
09876543210	963,868,617,364
09876543210	965,172,356,422
09876543210	1,097,578,063,492

ഇതെല്ലാം സധ്യമാകുന്നത് കമ്പ്യൂട്ടർ രംഗത്തുണ്ടായ വളർച്ച കാരണമാണെന്നു പറയേണ്ടതില്ലല്ലോ. പത്തൊമ്പതാം നൂറ്റാണ്ടിൽ ജീവിച്ചിരുന്ന അഗസ്റ്റിയട് ദെമോർഗൻ പൈയുടെ വിലയിൽ 7 താരതമ്യേന കുറഞ്ഞ നിരക്കിലാണ് വരുന്നത് എന്നൊരു നിമഗനത്തിലെത്തുകയുണ്ടായി. പൂജ്യം മുതൽ ഒമ്പതുവരെ പത്ത് അക്കങ്ങളുള്ളതുകൊണ്ട് ഓരോ അക്കത്തിന്റെയും ആവൃത്തി 10% ആയിരിക്കണമല്ലോ. ആദ്യത്തെ അറുനൂറു ദശാംശസ്ഥാനങ്ങൾ പരിശോധിച്ചപ്പോൾ ഏഴിന്റെ ആവൃത്തി അതിലും കുറവാണെന്ന് ദെമോർഗൻ കണ്ടെത്തുകയുണ്ടായി. തുടർന്നു വരുന്ന സ്ഥാനങ്ങളിലും ഇതു തന്നെയാണ് സ്ഥിതിയെങ്കിൽ നമ്മുടെ സംഖ്യയ്ക്ക് ഒരു 7-ഫോബിയ ഉണ്ടെന്നു സംശയിക്കേണ്ടതായി വരും. എന്നാൽ ആദ്യത്തെ അറുനൂറു പദങ്ങൾ മാത്രം പരിശോധിച്ചതു കൊണ്ടാണ് ഈയൊരു നിഗമനത്തിലെത്താനിടയായത്. നിഗമനം തെറ്റായിരുന്നുവെന്ന് താഴെ കൊടുത്ത പട്ടികയിൽ നിന്നും വ്യക്തമാവുന്നതാണ്.

അക്കങ്ങളുടെ എണ്ണം	ഏഴിന്റ അവൃത്തി
100	8%
500	7.2%
1000	9.5%
5000	9.8%
10000	9.7%
50000	9.95%
100000	10%

പൈ ഒരു പ്രസാമാന്യസംഖ്യയാണോ എന്നത് വളരെ പ്രധാനത്തോടെ ചിലരെങ്കിലും പരിഗണിച്ച ഒരു ചോദ്യമായിരുന്നു. ഒരു അഭിന്നകത്തിന്റെ ദശാംശ രൂപത്തിൽ അക്കങ്ങൾ ഒരേ ആവൃത്തിയിലാണോ വരുന്നത് എന്നാണ് പ്രസാമാന്യം (Normal) എന്നതുകൊണ്ട് അർത്ഥമാക്കുന്നത്. അതായത് ഒന്നു മുതൽ പത്തുവരെയുള്ള അക്കങ്ങൾ പത്തുശതമാനം എന്ന നിരക്കിലായിരിക്കണം. 00 മുതൽ 99 വരെയുള്ള അക്കങ്ങൾ ഒരു ശതമാനം എന്ന നിരക്കിലായിരിക്കണം. അതേ പോലെ മൂന്നെണ്ണം വീതമാകുമ്പോഴും നാലെണ്ണം വീതമാകുമ്പോഴും അതിനേക്കാൾ വലിയ കൂട്ടങ്ങളാകുമ്പോഴുമെല്ലാം അതേ നിരക്കിൽ തന്നെയായിരിക്കണം. തെളിയിക്കപ്പെട്ടിട്ടില്ലെങ്കിലും പൈ ഒരു പ്രസാമാന്യ സംഖ്യയാണെന്നു വിശ്വസിക്കപ്പെടുന്നു. (പൂജ്യം മുതൽ ഒമ്പതു വരെയുള്ള അക്കങ്ങളുടെ ആവൃത്തി താഴെ കൊടുത്തിരിക്കുന്നു.

ദശാംശ സ്ഥാനങ്ങൾ	0	1	2	3	4	5	6	7	8	9
100	8%	8%	12%	11%	10%	8%	9%	8%	12%	14%
200	9.5%	10%	12%	9.5%	11%	10%	8%	6%	12.5%	11.5%
500	9%	11.8%	10.8%	10%	10.6%	10%	9.6%	7.2%	10.6%	10.4%
1000	9.3%	11.6%	10.3%	10.2%	9.3%	9.7%	9.4%	9.5%	10.1	10.6
2000	9.1%	10.6%	10.4%	9.4%	9.7%	10.3	10%	9.9	10.1%	10.5%
5000	9.3%	10.6%	9.9%	9.1%	10.1%	10.5%	10.3%	9.8%	9.8%	10.6%
10000	9.7%	10.3%	10.2%	9.7%	10.1%	10.5%	10.2%	9.7%	9.5%	10.1%
20000	9.8%	10%	9.9%	9.9%	10.2%	10.4%	10%	9.8%	9.8%	10.2%
50000	10%	10.1%	9.7%	9.9%	10%	10.1%	10%	10%	10.1%	10.1
100000	9.99%	10.13%	9.90%	10.02%	9.97%	10.02%	10.02%	10.02%	9.97%	9.96%

പൈയുടെ വളരെയധികം വിലകൾ പഠനവിധേയമാക്കിയാണ് മുകളിലത്തെ നിരീക്ഷണങ്ങളിലെത്തിയത് എന്നു പറയേണ്ടതില്ലല്ലോ. എന്നാൽ പ്രായോഗിക തലത്തിൽ പലപ്പോഴും വളരെ അടുത്തു നില്ക്കുന്ന ചില സംഖ്യകൾ ഉപയോഗിക്കുന്ന പതിവുണ്ടായിരുന്നു. ഇത്തരത്തിലുള്ള ഒരു വിലയാണ് $\sqrt{10}$. ഈ സംഖ്യയുടെ ദശാംശരൂപം 3.162278... വളരെ കൃത്യമായ വിലയൊന്നുമല്ലെങ്കിലും ജ്യാമിതീയമായി എളുപ്പം നിർണ്ണയിക്കാവുന്നതാണ് ഏഴാം നൂറ്റാണ്ടിൽ ജീവിച്ചിരുന്ന

ഭാരതീയഗണിതജ്ഞനായ ബ്രഹ്മഗുപ്തൻ പൈയുടെ പ്രായോഗിക വിലയായി നിർദ്ദേശിക്കുന്നത് ഈ സംഖ്യയാണ്. ഭാസ്കരാചാര്യർക്കും ഇതേ വില സ്വീകാര്യമായിരുന്നു. ഭാസ്കരാചാര്യരുടെ നിരീക്ഷണ ത്തിൽ പൈയുടെ കൃത്യമായ വില 3.1414 -ഉം ഏകദേശ വില $\frac{22}{7}$ ഉം സാധാരണ ആവശ്യങ്ങൾക്കു പറ്റിയ വില $\sqrt{10}$ ഉം ആണ് .ഈജി പ്തിലെ പിരമിഡുകളുടെ നിർമ്മിതിക്കു പിറകിലെ ഗണിതത്തിൽ പൈ യുടെ വിലയായി സ്വീകരിച്ചത് $\sqrt{10}$ ആണെന്നു പറയപ്പെടുന്നു. ഇതേ രൂപത്തിലുള്ള ചില വിലകളും അവയുടെ ദശാംശ രൂപവുമാണ് താഴെ കൊടുത്തിരിക്കുന്നത്. യഥാർത്ഥവിലയുടെ എത്ര ദശാംശസ്ഥാനങ്ങൾ വരെ കൃത്യമാണ് എന്നു ബ്രാക്കറ്റിൽ കൊടുത്തിരിക്കുന്നു.

$\sqrt{9.9} = 3.146427...$ (രണ്ടു ദശാംശസ്ഥാനങ്ങൾ).

$\sqrt{9.87} = 3.141655614...$ (മൂന്നു ദശാംശസ്ഥാനങ്ങൾ)

$\sqrt{9.8696} = 3.141591.....$ (അഞ്ചു ദശാംശസ്ഥാനങ്ങൾ).

$\sqrt{9.869604401} = 3.14159265357.....$ (പത്തു ദശാംശസ്ഥാനങ്ങൾ).

$\sqrt{9.869604401089358618834491} = 3.1415926535897932384626433832 9.....$
(ഇരുപത്തിയെട്ട് ദശാംശസ്ഥാനങ്ങൾ)

അവസാനത്തെ സംഖ്യ ശ്രദ്ധിച്ചല്ലോ. R Mohwald ന്റെ പേരിലാണ് ഈ വില അറിയപ്പെടുന്നത്. ഇരുപത്തിയെട്ടു ദശാംശ സ്ഥാനങ്ങൾ വരെ കൃത്യമാണ് ആ വില എന്നു കണ്ടല്ലോ ഇത്രയും കൃത്യതയാർന്ന വില ഉപയോഗിച്ച് ഭൂമിയുടെ ചുറ്റളവു കണക്കാക്കിയാൽ വരുന്ന വ്യത്യാസം ഒരു സെന്റിമീറ്ററിലും കുറവായിരിക്കും. മറ്റു ചില സംഖ്യകൾ കൂടി കാണാം.

$\sqrt{2} + \sqrt{3} = 3.1462643694......$ (ഒരു ദശാംശ സ്ഥാനം).

$\frac{9}{5} + \sqrt{\frac{9}{5}} = 3.1416407864998738....$ (മൂന്നു ദശാംശസ്ഥാനങ്ങൾ).

$\frac{19\sqrt{7}}{16} = 3.1418296818892$ (മൂന്നു ദശാംശസ്ഥാനങ്ങൾ).

$$\sqrt[4]{9^2 + \frac{19^2}{22}} = 3.141592652...$$ (എട്ടു ദശാംശസ്ഥാനങ്ങൾ).

അവസാനത്തെതിൽ നാലാമത്തെ റൂട്ടാണ് ഉപയോഗിച്ചിരിക്കുന്നത്. എട്ടു സ്ഥാനങ്ങൾ വരെ കൃത്യമായ വില തരുന്ന ഈ വില കണ്ടെത്തിയത് ശ്രീനിവാസ രാമാനുജനാണ്. ഇതേ രൂപത്തിൽ റൂട്ടുകളുപയോഗിച്ച ചില വിലകൾ കൂടി കാണുക.

$$\sqrt[4]{\frac{2143}{22}} = 3.141592652$$ (എട്ടു ദശാംശസ്ഥാനങ്ങൾ).

$$\sqrt[3]{31 + \frac{25}{3983}} = 3.1415926534....$$ (ഒമ്പതു ദശാംശസ്ഥാനങ്ങൾ).

$$2 + \sqrt[4]{4!} = 3.141586440.......$$ (നാലു ദശാംശസ്ഥാനങ്ങൾ).

അവസാനത്തെ രൂപത്തിൽ ഉപയോഗിച്ചിരിക്കുന്ന ചിഹ്നം തുടർച്ചയായ ഗുണനഫലത്തെ കാണിക്കുന്നു. അതായത് $n! = 1 \times 2 \times 3........(n-1) \times n$. ഇവിടെ ഉപയോഗിച്ചിരിക്കുന്ന $4! = 1 \times 2 \times 3 \times 4 = 24$. ഇതേ രൂപത്തിലുള്ള മറ്റു ചില വിലകൾ കൂടി കാണുക.

$$\sqrt[4]{97 + \frac{9}{22}} = 3.141592652582646......$$ (എട്ടു ദശാംശസ്ഥാനങ്ങൾ).

$$\sqrt[5]{\frac{77,729}{254}} = 3.1415926541...$$ (എട്ടു ദശാംശസ്ഥാനങ്ങൾ)

$$\sqrt[3]{31 + \frac{62^2 + 14}{28^4}} = 3.14159265363....$$ (ഒമ്പതു ദശാംശ സ്ഥാനങ്ങൾ)

ഇവയുടെ കൂട്ടത്തിൽ ഏറെ ലാളിത്യമുള്ള ഒരു വിലയുണ്ട്. അത് മുപ്പത്തിയൊന്നിന്റെ നാലാമത്തെ മൂലം എന്ന സംഖ്യയാണ്. മൂന്നു ദശാംശസ്ഥാനം വരെ കൃത്യമായ വിലയാണ് ഇതു തരുന്നത്.

$\sqrt[4]{31} = 3.1413806.....$ മറ്റു ചില വിലകൾ കൂടി കാണുക.

$$\frac{333}{106} = 3.1415094339......$$

(നാലു ദശാംശസ്ഥാനങ്ങൾ)

$$(1.1)\times(1.2)\times(1.4)\times(1.7) = 3.1416$$

(മൂന്നു ദശാംശസ്ഥാനങ്ങൾ)

$$(\frac{355}{113})(1-\frac{0.0003}{3,533}) = 3.1415926535897943...$$

(പതിനാലു ദശാംശസ്ഥാനങ്ങൾ)

$$\frac{47^3+20^3}{30^3}-1 = 3.141592593..$$

(ആറു ദശാംശസ്ഥാനങ്ങൾ)

$$\frac{1700^3+82^3-10^3-9^3-6^3-3^3}{69^3} = 3.1415926535881...$$

(പതിനൊന്നു ദശാംശസ്ഥാനങ്ങൾ)

$$\sqrt[4]{(100-\frac{2125^3+214^3+30^3+37^2}{82^5})} = 3.141592653589780...$$

(പതിമൂന്നു ദശാംശസ്ഥാനങ്ങൾ)

$$2+\sqrt{1+(\frac{413}{750})^2} = 3.14159292.....$$

(അറു ദശാംശസ്ഥാനങ്ങൾ)

$$(\frac{63}{25})(\frac{17+15\sqrt{5}}{7+15\sqrt{5}}) = 3.14159265380....$$

(ഒമ്പതു ദശാംശസ്ഥാനങ്ങൾ).

കൃത്യത താരതമ്യേന കുറവാണെങ്കിലും രൂപഭംഗിയുള്ള രണ്ടു സംഖ്യകളാണ് അടുത്തത്.

$$\left(\sqrt{\sqrt{\sqrt{\sqrt{\sqrt{\sqrt{\sqrt{\sqrt{\sqrt{\sqrt{7}}}}}}}}}}\right)^{\sqrt{9!}} = 3.141603591...$$

$$\left(\sqrt{\sqrt{\sqrt{\sqrt{\sqrt{\sqrt{\sqrt{\sqrt{\sqrt{\sqrt{7}}}}}}}}}}\right)^{\sqrt{9!-\sqrt{\sqrt{4!}}}} = 3.141592624...$$

പൈയും പ്രസിദ്ധമായ മറ്റൊരു സംഖ്യയുമായുള്ള രസകരമായൊരു ബന്ധത്തെക്കുറിച്ച് പറഞ്ഞുകൊണ്ട് ഈ അധ്യായം അവസാനിപ്പിക്കാം. പിശാചിന്റെ സംഖ്യ എന്നു വിശേഷിപ്പിക്കപ്പെടാറുള്ള 666 ആണ് ആ സംഖ്യ. ആ സംഖ്യയുടെ ചില ഗണിതസവിശേഷതകൾ മാത്രമാണ് നമ്മുടെ ചർച്ചാവിഷയം. ആദ്യത്തെ ഏഴ് അഭാജ്യസംഖ്യകളുടെ വർഗ്ഗങ്ങളുടെ തുകയാണ് ഈ സംഖ്യ.

അതായത് $2^2 + 3^2 + 5^2 + 7^2 + 11^2 + 13^2 + 17^2 = 666$. അദ്യത്തെ മൂന്നു എണ്ണൽ സംഖ്യകളുപയോഗിച്ച് ഈ സംഖ്യയിലെത്തുന്ന വഴിയാണ് $1^6 - 2^6 + 3^6 = 666$. ഇവിടെ സംഖ്യകളുടെ കൃതികളെല്ലാം ആറാണെന്ന വസ്തുത ശ്രദ്ധിക്കുക. ആറുകൾ മാത്രമുപയോഗിച്ച് എഴുതിയിരിക്കുന്ന രൂപങ്ങൾ കാണുക.

$$6 + 6 + 6 + 6^3 + 6^3 + 6^3 = 666$$

$$(6 + 6 + 6)^2 + (6 + 6 + 6)^2 + 6 + 6 + 6 = 666$$

താഴെ കൊടുത്തിരിക്കുന്ന ശ്രേണി സുന്ദരമാണെന്നു പറയേണ്ടതില്ല ല്ലോ.

$$1^3 + 2^3 + 3^3 + 4^3 + 5^3 + 6^3 + 5^3 + 4^3 + 3^3 + 2^3 + 1^3 = 666$$

സവിശേഷമായൊരു 6×6 മാന്ത്രികചതുരമാണ് അടുത്തത്. അതിലെ വരികളുടെയും നിരകളുടെയും വികർണ്ണങ്ങളുടെയും തുക 666 ആണ്. മാത്രവുമല്ല. ഓരോകള്ളിയിലും അഭാജ്യസംഖ്യകളാണുള്ളത്.

3	107	5	131	109	311
7	331	193	11	83	41
103	53	71	89	151	199
113	61	97	197	167	31
367	13	173	59	17	37
73	101	127	179	139	47

പൈയുടെ ആദ്യത്തെ 144 അക്കങ്ങളുടെ തുക 666 ആണ് . 144 നെ $(6+6)\times(6+6)$ എന്നെഴുതാമല്ലോ. പൈയുടെ ആദ്യത്തെ മൂന്നു ദശാംശ സ്ഥാനങ്ങളിലെ അക്കങ്ങളുടെ തുകയും ആറു തന്നെയാണല്ലോ. തികച്ചും അവിശ്വസനീയമായ സമാനതകൾ.

അപാരതയിലേക്കൊരു കിളിവാതിൽ

അനന്തശ്രേണികളെക്കുറിച്ച് നാം ചർച്ചചെയ്തതാണല്ലോ. അവയിൽ ചിലത് പൈയുടെ വില കണക്കാക്കാൻ ഉപയോഗിക്കാമെന്നും കണ്ടതാണല്ലോ. തുടർച്ചയും അനന്തവുമായ ഗുണനമുപയോഗിച്ചും ഒരു സംഖ്യയെ സ്ഥൂല നിർണയം ചെയ്യാൻ കഴിയും. ഇവയിൽ പലതും പ്രതീക്ഷിക്കുന്നതു പോലെ പൈയുടെ വിലയിലേക്ക് അടുത്തു വരുന്നതാണ് ഇത്തരത്തിലൊരു ഫലം രൂപീകരിക്കാൻ കഴിഞ്ഞ ഫ്രഞ്ചുഗണിതജ്ഞനാണ് ഫ്രാങ്കോയിസ് വിയറ്റ. അദ്ദേഹം കണ്ടെത്തിയ ഒരു ഫലം ഇപ്രകാരമായിരുന്നു.

$$\frac{\sqrt{2}}{2}.\frac{\sqrt{2+\sqrt{2}}}{2}.\frac{\sqrt{2+\sqrt{2+\sqrt{2}}}}{2}\frac{\sqrt{2+\sqrt{2+\sqrt{2+\sqrt{2}}}}}{2}\text{.........}=\frac{2}{\pi}$$

തുടർച്ചയായ ഈ ഗുണനത്തിൽ രണ്ട് എന്ന സംഖ്യ മാത്രമെ വരുന്നുള്ള എന്ന് ഓർക്കുക ഒപ്പം രംഗബോധമില്ലാതെ എന്ന മട്ടിൽ പൈയും. തുടർച്ചയായ തുകയെ കാണിക്കാൻ എന്ന സൂചകം ഉപയോഗിക്കുന്ന രീതിയെക്കുറിച്ച് സൂചിപ്പിച്ചതാണല്ലോ ഇതേ രീതിയിൽ തുടർച്ചയായ ഗുണനത്തെ കാണിക്കാൻ ഉപയോഗിക്കുന്നത് എന്ന സൂചകമാണ്. ഐസക് ന്യൂട്ടനുമുമ്പ് ഇംഗ്ലണ്ട് ജന്മം നല്കിയ ഏറ്റവും മികച്ച ഗണിതജ്ഞൻ എന്നു വിശേഷിപ്പിക്കപ്പെടുന്ന ജോൺവാലിസ് (1616-1703) രൂപീകരിച്ച ഒരു ഫലം ഇങ്ങനെയാണ്.

$$\prod_{n=1}^{\infty}\frac{(2n)^2}{(2n-1)(2n+1)}=\frac{2}{1}\times\frac{2}{3}\times\frac{4}{3}\times\frac{4}{5}\times\frac{6}{5}\times\frac{6}{7}\times\frac{8}{7}\times\frac{8}{9}\ldots\ldots\ldots\ldots=\frac{\pi}{2}$$

പൈ ഉൾപ്പെടുന്ന സമാനമായ മറ്റൊരു ഫലമാണ് താഴെ കൊടുത്തിരിക്കുന്നത്.

$$\prod_{n=1}^{\infty}\frac{(4n)^2}{(4n-1)(4n+1)}=\frac{4}{3}\times\frac{4}{5}\times\frac{8}{7}\times\frac{8}{9}\times\frac{12}{11}\times\frac{12}{13}\times\frac{16}{15}\times\frac{16}{17}\ldots\ldots\ldots\ldots=\frac{\pi\sqrt{2}}{4}$$

തുടർച്ചയായ ഗുണനം ഉൾപ്പെട്ട ഏറ്റവും മികച്ച കണ്ടെത്തൽ ഓയ്ലറുടേതു തന്നെയാണ്. അഭാജ്യസംഖ്യകളെയും എണ്ണൽസംഖ്യകളെയും ബന്ധിപ്പിച്ചുകൊണ്ടുള്ള തികച്ചും അസാധാരണമായ ഒരു സൂത്രവാക്യമാണത്. അഭാജ്യസംഖ്യകൾക്കു ചുറ്റിലും വല്ലാത്തൊരു നിഗൂഢതയുടെ പരിവേഷമുണ്ടല്ലോ. എണ്ണൽ സംഖ്യകളിൽ അവ ചിതറിക്കിടക്കുന്നത് തികച്ചും അനിയതമായാണ്. അവ അനന്തമാണ് എന്നതിന്റെ തെളിവ് സഹസ്രാബ്ദങ്ങൾക്കു മുമ്പു തന്നെ യൂക്ലിഡ് നല്കുകയുണ്ടായി. എന്നാൽ എണ്ണൽസംഖ്യകൾക്കിടയിൽ അവയുടെ വിതരണത്തെ സംബന്ധിക്കുന്ന റീമാന്റെ നിഗമനം ഉത്തരം കണ്ടെത്തൊൻ കഴിയാത്ത പ്രശ്നങ്ങളുടെ കൂട്ടത്തിൽ പ്രധാനമായതാണ്. അതുകൊണ്ടു തന്നെ എണ്ണൽസംഖ്യകളുടെ ശ്രേണിയും അഭാജ്യസംഖ്യകളുടെ അനന്തഗുണനവും ഉൾപ്പെട്ട ഓയ്ലറുടെ സൂത്രം ചരിത്രപ്രാധാന്യമർഹിക്കുന്നതാണ്. താഴെ കൊടുത്തിരിക്കുന്ന സമവാക്യം കാണുക.

$$\sum_{n=1}^{\infty}\frac{1}{n^s}=\prod_{p=prime}^{\infty}\frac{p^s}{p^s-1}$$

മുകളിലുള്ള സമതയിൽ $s=1$ ആണെന്നു കരുതുക അപ്പോൾ ഇട

തുഭാഗം $1+\frac{1}{2^2}+\frac{1}{3^2}+\frac{1}{4^2}\ldots\ldots$ എന്ന ശ്രേണിയാണു ലഭിക്കുക.

ഇതിന്റെ തുക $\frac{\pi^2}{6}$ ആണെന്നു നേരത്തെ കണ്ടല്ലോ. വലതുഭാഗം അഭാജ്യസംഖ്യകൾ മാത്രമുപയോഗിച്ചുള്ളതാണ്

$$\prod_{p=prime}^{\infty}\frac{p^2}{p^2-1}=\frac{2^2}{(2^2-1)}\times\frac{3^3}{(3^2-1)}\times\frac{5^2}{(5^2-1)}\times\frac{7^2}{(7^2-1)}\times\ldots\ldots\ldots\ldots=\frac{\pi^2}{6}$$

ഈ രണ്ടു രൂപങ്ങളും ഒരുമിച്ചെഴുതിയത് കാണുക. ഗണിതത്തിന്റെ മുഴുവൻ ശക്തിയും സൗന്ദര്യവും അതു വ്യക്തമാക്കിത്തരും. അനന്തമായ തുകയും ഗുണനവും എല്ലാ എണ്ണൽസംഖ്യകളും എല്ലാ അഭാ

ജ്യസംഖ്യകളും ഒപ്പം പൈയും.

$$\frac{1}{1^2}+\frac{1}{2^2}+\frac{1}{3^2}+\frac{1}{4^2}+\ldots\ldots\ldots = \frac{2^2}{(2^2-1)}\times\frac{3^3}{(3^2-1)}\times\frac{5^2}{(5^2-1)}\times\frac{7^2}{(7^2-1)}\times\ldots\ldots\ldots = \frac{\pi^2}{6}$$

ആദ്യത്തെ ഇരുപത്തിയഞ്ച് അഭാജ്യസംഖ്യകളുപയോഗിച്ചാൽ ഓയ്‌ലറുടെ മാർഗ്ഗത്തിലെ ഗുണനഫലം എന്താണെന്നു നോക്കാം

$$\frac{2^2}{(2^2-1)}.\frac{3^3}{(3^2-1)}.\frac{5^2}{(5^2-1)}.\frac{7^2}{(7^2-1)}\ldots\ldots\ldots\frac{97^2}{(97^2-1)} = 1.641945.$$ എന്നാൽ $\frac{\pi^2}{6}$

ന്റെ വില $1.641945..$ വ്യത്യാസം ഒരു ശതമാനത്തിന്റെ അഞ്ചിലൊന്നുമാത്രം. മുകളിൽ കൊടുത്ത സമത മറ്റൊരു രീതിയിലുമെഴുതാം.

$$\prod_{p=prime}^{\infty}(1-\frac{1}{p^2}) = (1-\frac{1}{2^2})(1-\frac{1}{3^2})(1-\frac{1}{5^2})(1-\frac{1}{7^2})\ldots\ldots = \frac{6}{\pi^2}$$

അനന്തശ്രേണികളും ഗുണനവുമെല്ലാം ഉൾപ്പെട്ടതും പൈയുമായി ബന്ധപ്പെട്ടതുമായ അനേകം സൂത്രവാക്യങ്ങൾ നാം പരിചയപ്പെട്ടു കഴിഞ്ഞു കൂട്ടത്തിൽ തലയെടുപ്പോടെ നില്ക്കുന്നത് ശ്രീനിവാസ രാമാനുജൻ കണ്ടെത്തിയ ഒന്നു തന്നെയാണ്. ആ ഫോർമുലയാണ് താഴെ കൊടുത്തിരിക്കുന്നത്.

$$\frac{1}{\pi} = \frac{2\sqrt{2}}{9801}\sum_{n=0}^{\infty}\frac{(4n)!(1103+26390n)}{(n!)^n(396)^{4n}}$$

ഈ സൂത്രവാക്യത്തിന്റെ സവിശേഷത അത് വളരെ വേഗത്തിൽ പൈയുടെ വിലയിലേക്ക് അടുക്കുന്നു എന്നതാണ്. n ന്റെ വില പൂജ്യമാകുമ്പോൾ ലഭിക്കുന്ന വില തന്നെ ആറു ദശാംശസ്ഥാനങ്ങൾ വരെ കൃത്യമായിരിക്കും. പിന്നെ ആ വില ഓരോന്നായി വർദ്ധിക്കുന്നതനുസരിച്ച് ശ്രേണിയുടെ പദവും വർദ്ധിക്കുമല്ലോ. ഓരോ പദവും എട്ടു ദശാംശസ്ഥാനങ്ങൾ കൂടി കൃത്യമായി നല്കും.

ശ്രീനിവാസ രാമാനുജന്റെ സൂത്രവാക്യത്തിൽ നിന്നും പ്രചോദനമുൾക്കൊണ്ട് 1980 -ൽ രണ്ട് ഉക്രയിനിയൻ സഹോദരൻമാർ ഒരു സൂത്രവാക്യം രൂപീകരിക്കുകയുണ്ടായി. ഇതാണ് ആ സൂത്രവാക്യം.

$$\frac{1}{\pi} = \sum_{n=0}^{\infty}(-1)^n\times\frac{(6n)!}{(3n)!n!^3}\times\frac{163096908+6541681608n}{(262537412640768000)^{n+1/2}}$$

ഈ സൂത്രവാക്യത്തിൽ n -ന്റെ വില ഓരോന്നായി വർദ്ധിക്കുമ്പോൾ പൈയുടെ പതിനഞ്ച് പുതിയ ദശാംശസ്ഥാനങ്ങൾ പിറവിയെടുക്കുന്നു. ഗ്രിഗറി ചുഡ്നോവ്സകി എന്നും ഡേവിഡ്ചുഡ്നോവ്സ്കി എന്നും പേരായ ഈ സഹോദരൻമാർ ജനിച്ചത് ഉക്രയിനിലെ കീവിലാണ്. 1990 -ൽ അമേരിക്കയിലെ മാൻഹാട്ടനിൽ താമസിക്കുമ്പോൾ അവർ സ്വന്തമായി നിർമ്മിച്ച കമ്പ്യൂട്ടറിന്റെയും അവരുടെ ഫോർമുലയുടെയും സഹായത്തോടെ പൈയുടെ രണ്ടു ബില്യൺസ്ഥാനങ്ങൾ വരെ കണ്ടെത്തുകയുണ്ടായി. അന്ന് അതൊരു റെക്കോഡായിരുന്നു. ആ നേട്ടമാണ് 1998 -ൽ പുറത്തിറങ്ങിയ 'പൈ' എന്ന സിനിമയ്ക്കു പ്രചോദനമായത്.

ആയിരത്തിത്തൊള്ളായിരത്തി അമ്പതുകളിലും അറുപതുകളിലും കമ്പ്യൂട്ടർ മേഖലയിലുണ്ടായ കുതിച്ചു ചാട്ടം പൈയുടെ കണ്ടെത്തിയ സ്ഥാനങ്ങളുടെ എണ്ണം വളരെയധികം വർദ്ധിക്കുന്നതിനു കാരണമായിട്ടുണ്ട്. 1970 -ൽ മാത്രം ഒമ്പതു തവണയാണ് ആ റെക്കോഡ് ഭേദിക്കപ്പെട്ടത്. 1981 -ൽ യസുമാസാ കനാഡ എന്ന ജപ്പാൻകാരനായ എൻജിനിയർ പൈയുടെ രണ്ടു ദശലക്ഷം സ്ഥാനങ്ങൾ വരെ കണ്ടെത്തുകയുണ്ടായി. അതിനായി കനാഡാ ചെലവഴിച്ചത് നൂറ്റിമുപ്പത്തിയാറു കമ്പ്യൂട്ടർ മണിക്കൂറുകളാണ്. മൂന്നു വർഷങ്ങൾ കഴിഞ്ഞപ്പോൾ അത് പതിനാറു ദശിക്ഷമായി ഉയർത്താൻ ചെറുപ്പക്കാരനായ ആ കമ്പ്യൂട്ടർ എൻജിനയർക്കു കഴിഞ്ഞു. വില്യം ഗോസ്പർ എന്ന കാലിഫോർണിയക്കാരനായ ഗണിതജ്ഞൻ 17.5 ദശലക്ഷം എന്ന് ആ റെക്കോഡ് തിരുത്തിയെഴുതി. ഒട്ടും വൈകാതെ നാസയിലെ ശാസ്ത്രജ്ഞനായ ഡേവിഡ് ബെയ്‌ലി ഇരുപത്തിയൊൻപത് ദശലക്ഷമായി ആ സംഖ്യ ഉയർത്തി. കനാഡയുടെ ഊഴമായിരുന്നു അടുത്തത്. 1986 -ൽ രണ്ടു പേരെയും മറികടന്ന് കനാഡ മുപ്പത്തിമൂന്നു മില്യൺ എന്ന പരിധിയിലെത്തി. അടുത്ത രണ്ടു വർഷത്തിനിടയിൽ ആ ജപ്പാനിസ് എൻജിനിയർ തന്റെ തന്നെ റെക്കോഡ് രണ്ടു വട്ടം തിരുത്തിയെഴുതി. S-820 എന്ന ഒരു സൂപ്പർകമ്പ്യൂട്ടറിന്റെ സഹായത്തോടെ 201 ദശലക്ഷം എന്ന മാന്ത്രികസംഖ്യയിലെത്താൻ ആറു കമ്പ്യൂട്ടിംഗ് മണിക്കൂറുകൾ മാത്രമാണ് കാനാഡാ ചെലവഴിച്ചത്.

ചുഡ്നോസ്കി സഹോദരൻമാർ വെറുതെ ഇരിക്കുകയായിരുന്നില്ല. അവർ തന്നെ രൂപകല്പന ചെയ്ത കമ്പ്യൂട്ടർ ഉപയോഗിച്ച് 1991 -ൽ ഡേവിഡും ഗ്രിഗറിയും രണ്ടു ബില്യൺ ദശാംശസ്ഥാനങ്ങൾ വരെ കണ്ടെത്തുകയുണ്ടായി. എന്നാൽ നാലു വർഷം മാത്രമെ ആ ഒന്നാം സ്ഥാനം നില നിന്നുള്ളു. അപ്പോഴേക്കും കനാഡാ മുന്നിൽ കടന്നിരുന്നു. 2001 ആയപ്പോഴേക്കും കാനാഡ ഏറേ മുന്നിലെത്തിയിരുന്നു 1.2 ട്രില്യൺ സ്ഥാനങ്ങളായിരുന്നു അന്നത്തെ ജാപ്പാനിസ് സംഖ്യ. എന്നാൽ രണ്ടായിരത്തി എട്ടിൽ സുകൂബ സർവ്വകലാശാലയിലെ ഒരു പറ്റം കമ്പ്യൂട്ടർ വിദഗ്ധർ 2.6 ട്രില്യൺ എന്ന വമ്പൻനേട്ടത്തിലെത്തി. 2009 ഡിസംബറിൽ ഫാബ്രിസ് ബല്ലാഡ് എന്ന ഫ്രഞ്ചു കമ്പ്യൂട്ടർ വിദഗ്ധൻ 2.7 ട്രില്യൺ സ്ഥാനങ്ങൾ വരെ കാണുകയുണ്ടായി. ഇതിനു വേണ്ടി വന്നത്

ചുഡ്നോവ്സ്കി സൂത്രവാക്യവും ഒരു പേഴ്സണൽ കമ്പ്യൂട്ടറും 131 ദിവസങ്ങളും. എത്രവലിയ സഖ്യയാണ് ട്രില്യൺ എന്നറിയാമോ സാധാരണ വലിപ്പത്തിൽ അത്രയും അക്കങ്ങൾ നേരെ എഴുതിയാൽ ഭൂമിയിൽ നിന്നും സൂര്യനിലേക്കുള്ള ദൂരത്തോളം നീളത്തിൽ എഴുതേണ്ടിവരും. ഒരു പേപ്പറിൽ അയ്യായിരം അക്കങ്ങൾ വീതമെഴുതിയ ശേഷം ആ പേപ്പറുകൾ അട്ടിയായി വെച്ചാൽ 10 കിലോമീറ്ററോളം ഉയരമുണ്ടാകും.

എന്തിനാണ് ഇത്രയും വിഷമിച്ച് ഇത്രയധികം സ്ഥാനങ്ങൾ കാണുന്നത് എന്ന ചോദ്യം സ്വാഭാവികമാണ്. എവറസ്റ്റ് കീഴടക്കിയ ആളോട് എന്തിനായിരുന്നു എന്ന ചോദിച്ചപ്പോൾ ലഭിച്ച "Because it is there" എന്ന പ്രസിദ്ധമായ മറുപടി പോലെ ചിലത് അവർക്കും പറയാനുണ്ടായേക്കാം. അല്ലെങ്കിൽ റെക്കോഡുകൾ മറികടക്കാനുള്ളതാണ് എന്ന പതിവുശൈലിയിലാവാം മറുപടി. അതിനുമപ്പുറം ഒന്നുമില്ലേ. തീർച്ചയായും ഉണ്ട് എന്നാണ് കനാഡയെപ്പോലുള്ളവർ പറയുന്നത്. കമ്പ്യൂട്ടറുകളുടെ ക്രിയാശേഷി അളക്കാനുള്ള ഒരു മാർഗ്ഗമാണ് ഈ 'പൈ വേട്ട'. പൈയുടെ സ്ഥാനങ്ങൾ കാണുക എന്നത് കമ്പ്യൂട്ടറിനെ സംബന്ധിച്ച് ഭാരിച്ച ജോലികളിലൊന്നാണ്. വലിയ മെമ്മറി കപ്പാസിറ്റിയും സംഖ്യകളുടെ അപഗ്രഥനവും സൂക്ഷ്മമായ പരിശോധനയും ആവശ്യമായ ജോലി. മറ്റു അഭിന്നകങ്ങളുടെ വില കാണുന്നതും കമ്പ്യൂട്ടറിന്റെ പ്രവർത്തനം വിലയിരുത്തുന്നതിനായി ഉപയോഗിക്കാവുന്നതാണ് എന്നാൽ പൈയാണ് ഏറ്റവും അനുയോജ്യം എന്നാണ് വിദഗ്ധർ വിലയിരുത്തുന്നത്.

കാൾസാഗന്റെ നോവലിലെ കഥാപാത്രത്തിന്റെ പരാമർശത്തെക്കുറിച്ച് മുമ്പ് സൂചിപ്പിക്കുകയുണ്ടായല്ലോ. അജ്ഞാത ലോകത്തു നിന്നുമെത്തുന്ന ഈ കഥാപാത്രം ഭൂമിയിലെ സ്ത്രീയോടു പറയുന്നത് കുറെയേറെ അക്കങ്ങൾ കഴിഞ്ഞാൽ പൈയുടെ അനിയത രൂപത്തിനു മാറ്റം വരുമെന്നാണ്. പിന്നീട് പൂജ്യവും ഒന്നും മാത്രമുപയോഗിച്ചെഴുതിയ സന്ദേശമുണ്ടാവുമെന്നാണ്. അതിന് 10^{20} അക്കങ്ങൾ കഴിയണമെന്നാണ് നോവൽ പറയുന്നത്. ഇന്നത്തെ അവസ്ഥയിൽ അത് ഏറെ ദൂരെയാണ്. എങ്കിലും ഇതുവരെ കണ്ടെത്തിയ വിലകൾ പരിശോധിച്ചതിൽ നിന്നും യാതൊരു ക്രമവും അക്കങ്ങളിൽ കാണാൻ കഴിഞ്ഞിട്ടില്ല. പൈയുടെ പത്തു ദശലക്ഷം സ്ഥാനങ്ങളിലെ അക്കങ്ങളെ 'poker-test' എന്നൊരു ടെസ്റ്റിനു വിധേയമാക്കിയ സ്റ്റാൻവാഗൻ എന്ന ശാസ്ത്രജ്ഞന്റെ പഠനഫലങ്ങൾ കാണിക്കുന്നു. തുടർച്ചയായ അഞ്ച് സ്ഥാനങ്ങൾ തിരഞ്ഞെടുത്ത് ഇവയിൽ അക്കങ്ങൾ ആവർത്തിച്ചു വരുന്ന സന്ദർഭങ്ങൾ കണ്ടെത്തുകയാണ് വാഗൻ ചെയ്തത്. തികച്ചും അനിയതമായാണ് അക്കങ്ങൾ വരുന്നതെങ്കിൽ പ്രതീക്ഷിക്കാവുന്ന ആവൃത്തിയുമായി ഇതു താരതമ്യം ചെയ്തു നോക്കി. പ്രകടമായ വ്യത്യാസങ്ങളുണ്ടായിരുന്നില്ല. താഴെ കൊടുത്ത പട്ടിക കാണുക.

ക്രമം	ശരിയായ ആവൃത്തി	പ്രതീക്ഷിക്കുന്ന ആവൃത്തി
1. അഞ്ചു അക്കങ്ങളും വ്യത്യസ്തം	604,976	604,800
2. രണ്ട് അക്കങ്ങൾ ഒരു പോലെ	1,007,151	1,008,000
3. രണ്ട് ഇരട്ടകൾ	216, 520	216,000
4. മൂന്നെണ്ണം ഒരു പോലെ	144,375	144,000
5. നാലെണ്ണം ഒരു പോലെ	8887	9000
6. അഞ്ചും ഒരുപോലെ	200	200

മുന്നോട്ടു പോകും തോറും ഇതേ അവസ്ഥ തുടരാനാണ് സാധ്യത. അല്ലെങ്കിൽ വല്ല അത്ഭുതവും സംഭവിക്കേണ്ടി വരും.

ഓർമ്മകളിലെ പൈ

ഈ ഇംഗ്ലീഷു വാചകമൊന്നു വായിച്ചു നോക്കുക "Can I have a small container of coffee' ഓരോ വാക്കിലെയും അക്ഷരങ്ങൾ എണ്ണി നോക്കുക. 3,1,4,1,5,9,6 എന്നിവയാണല്ലോ. 3.1415926 എന്നത് പൈയുടെ ഏഴു ദശാംശ സ്ഥാനങ്ങൾ വരെയുള്ള വിലയായി. ഇനി പറയുന്ന വാചകങ്ങൾ ഇത്തിരി സാഹിത്യഗുണം കൂടിയുള്ളവയാണ്.

'Now I took a drink carefully as shelly sings'
'Can I tell a story regarding my family lives and views'

ഒന്നാമത്തേത് എട്ടു സ്ഥാനങ്ങൾ വരെയും രണ്ടാമത്തേത് പത്തു സ്ഥാനങ്ങൾ വരെയുമുള്ള വിലകൾ തരുന്നു. പൈയുടെ 3835 സ്ഥാനങ്ങൾ വരെ തരുന്ന ഒരു കവിതയുണ്ട് മൈക്ക് കീത്ത് രചിച്ചത്. ഇത്തരം കവിതകളെ ഇംഗ്ലീഷിൽ ' poems' എന്നതിനു പകരം 'piems' എന്നും വിശേഷിപ്പിക്കുറുണ്ട്. എന്തുകൊണ്ടാണെന്നു വ്യക്തമാണല്ലോ. പൂജ്യം എന്ന അക്കത്തിനു പകരം ഈ കവിതകളിൽ പത്ത് അക്ഷരങ്ങളുള്ള വാക്കാണ് ഉപയോഗിക്കുന്നത്. കീത്തിന്റെ കവിത തുടങ്ങുന്നതിങ്ങനെയാണ്.

One; A poem
A raven
Midnights so dreary , tired and weary
Silently pondering volumes extolling all by –now obsolute lore.
During my rather long nap – the weirdest tap!

An ominous vibrating sound disturbing my chamber's antedoor .
'This' I whispered quietly ' I ignore'

(3.141592653589793238462643383279502884197 16)

ഓരോവാക്കിലെയും അക്ഷരങ്ങളുടെ എണ്ണം മുൻകൂട്ടി നിശ്ചയിച്ച് കവിത എഴുതുക എന്നത് കടുത്ത വെല്ലുവിളിയാണെന്നു കീത്ത് സമ്മതിക്കുന്നുണ്ട് . സർഗാത്മകതയും സഹനവുമെല്ലാം പരീക്ഷിക്കപ്പെടുന്ന അവസ്ഥയാണിത്. എന്തു കൊണ്ടാണ് പൈ തന്നെ തിരഞ്ഞെടുത്തത് എന്ന ചോദ്യത്തിന് അനന്തവും അജ്ഞാതവും പ്രവചനാതീതവുമാവയ ആശയങ്ങൾക്ക് ഏറ്റവും അനുയോജ്യമായ രൂപകമാണ് എന്നായിരുന്നു ആ പ്രതിഭാശാലിയുടെ മറുപടി.

ഹെർബർട് ഹാപ്ട്മാൻ

ഒരിക്കൽ ദെ-മോർഗൻ എന്ന പ്രസിദ്ധനായ ഗണിതജ്ഞൻ ഇൻഷൂറൻസ് മേഖലയിൽ പ്രവർത്തിക്കുന്നവർക്കായി ഒരു ക്ലാസ് നല്കുകയായിരുന്നു. ഇടയ്ക്ക് ഒരു കൂട്ടം ആളുകളെക്കുറിച്ചുള്ള വിവരങ്ങൾ അപഗ്രഥിച്ച് അവർ ഒരു നിശ്ചിത കാലം വരെ ജീവിക്കാനുള്ള സാധ്യത വിലയിരുത്തേണ്ടി വന്നു. ഇതിനായി ദെ-മോർഗൻ ഒരു ഫോർമുലയുടെ സഹായം തേടുകയുണ്ടായി. പൈ ഉൾപ്പെട്ടതായിരുന്നു ആ ഫോർമുല. ശ്രോതാക്കളിലൊരാൾക്ക് അതു വിശ്വസിക്കാനേ കഴിഞ്ഞില്ല. മനുഷ്യരുടെ ആയുസ്സിന്റെ കഥ പറയുന്നിടത്ത് വൃത്തത്തിനെന്തു കാര്യം എന്നായിരുന്നു അദ്ദേഹത്തിന്റെ സംശയം. എന്തു കൊണ്ടാണ് തീരെ പ്രതീക്ഷിക്കാത്ത സന്ദർഭങ്ങളിലും പൈ കടന്നു വരുന്നത് എന്നു വ്യക്തമായാൽ പ്രപഞ്ചസത്യങ്ങൾക്കു പിന്നിലെ ഗണിതം കുറെക്കൂടി വ്യക്തതയോടെ നമുക്കു മനസ്സിലാക്കാൻ കഴിഞ്ഞേനെ. 1985 -ൽ കെമിസ്ട്രിയിലെ നോബൽ സമ്മാനജേതാവായ ഹെർബർട് ഹാപ്ട്മാൻ , തന്റെ ഗവേഷണത്തിനിടയിൽ പലവട്ടം പൈ കടന്നു വരാറുണ്ടായിരുന്നു എന്ന വസ്തുത അനുസ്മരിക്കുന്നുണ്ട്. ക്രിസ്റ്റലോഗ്രാഫിയായിരുന്നു ഹാപ്ട്മാന്റെ ഗവേഷണ വിഷയം. പൈ ഉൾപ്പെട്ട ഒരു സൂത്രവാക്യം കണ്ടെത്താനും ഹാപ്ട്മാനു കഴിഞ്ഞു ഹാപ്ട്മാന്റെ ഫോർമുലയാണ് താഴെ കൊടുത്തിരിക്കുന്നത്.

$$1-\frac{1}{3^{11}}+\frac{1}{5^{11}}-\frac{1}{7^{11}}+\ldots\ldots\ldots=\frac{19\times 2{,}659}{2^{10}\times 3^{4}\times 5^{2}\times 7}\pi^{11}$$

സംഖ്യകളുടെ കൂട്ടത്തിലെ സെലിബ്രിറ്റി ആയതിനാലാവാം പൈ

അകിറാ ഹാരാഗുചി

യുടെ അക്കങ്ങൾ മനസ്സിൽ കൊണ്ടു നടക്കാനിഷ്ടപ്പെടുന്നവർ ഒട്ടേറെയുണ്ട്. പത്തും മുപ്പതും സ്ഥാനങ്ങളല്ല. പതിനായിരക്കണക്കിനു സ്ഥാനങ്ങൾ. 1838 -ൽ പന്ത്രണ്ടു വയസ്സായ ഒരു ഡച്ചുകാരൻ അന്നു കണ്ടെത്തിക്കഴിഞ്ഞിരുന്ന പൈയുടെ 155 സ്ഥാനങ്ങളും ഓർമ്മിച്ചു പറയുമായിരുന്നു. ഇന്ന് ഒരു ലക്ഷം സ്ഥാനങ്ങൾ ഓർമ്മയിൽ കൊണ്ടു നടക്കുന്ന അകിറാ ഹാരാഗുചി എന്ന ജപ്പാൻകാരനാണ് ഈ രംഗത്ത് മുന്നിൽ നിലക്കുന്നത്. 2006 -ൽ ടോക്കിയൊവിലെ ഒരു പൊതുവേദിയിൽ വെച്ച് അകിറാ, പൈയുടെ സ്ഥാനങ്ങൾ ഓരോന്നായി ഓർമ്മിച്ചു പറയുന്നത് ക്യാമറകൾ പകർത്തിയെടുത്തു. ഒരു ലക്ഷം സ്ഥാനങ്ങളും പൂർത്തിയാക്കാൻ അദ്ദേഹത്തിനു വേണ്ടി വന്നത് പതിനാറു മണിക്കൂറും ഇരുപത്തിയെട്ടു മിനുറ്റുമാണ്. ഓരോ രണ്ടു മണിക്കൂറിനിടയിലും അഞ്ചു മിനുട്ട് ഇടവേളയുണ്ടായിരുന്നു, ഒരു ലഘുഭക്ഷണവും. എന്നാൽ ഗിന്നസ് ബുക്ക് ഈ നേട്ടം അംഗീകരിച്ചിട്ടില്ല. 2015 ഒക്ടോബറിൽ പൈയുടെ 70030 സ്ഥാനങ്ങൾ ഓർമ്മിച്ചു പറഞ്ഞ സുരേഷ് കുമാർ ശർമ്മ എന്ന ഒരു ഭാരതീയന്റെ പേരിലാണ് ആ റിക്കോഡ്. 2015 മാർച്ച് 21ാം തിയ്യതി രജ്‌വീർ മീന എന്ന മറ്റൊരു ഇന്ത്യക്കാരൻ 70000 സ്ഥാനങ്ങളാണ് ഓർത്തെടുത്തത്. 10 മണിക്കൂറാണ് രജ്‌വീറിന് അതിനായിവേണ്ടി വന്നത്. കണ്ണുകെട്ടിക്കൊണ്ടായിരുന്നു രജ്‌വീറിന്റെ പ്രകടനം. 67890 സ്ഥാനങ്ങൾ ഓർമ്മയിൽ കൊണ്ടു നടന്ന ലു-ചിയാവോ എന്ന ചൈനക്കാരന്റെ ഗിന്നസ് റെക്കോഡായിരുന്നു രജ്‌വീർ അന്നു മറികടന്നത്.

വെറുതെ പൈയുടെ സ്ഥാനങ്ങൾ ഉച്ചരിക്കുന്നത് കാണാനും കേൾക്കാനും എന്തു രസമാണുണ്ടാവുക എന്നു ചിലർ ചോദിച്ചേക്കാം. അതിനിടയിൽ പന്തുകൾ മുകളിലേക്ക് എറിഞ്ഞു പിടിക്കുന്ന ഒരു കളി കൂടിയുണ്ടെങ്കിലോ. അങ്ങനെയൊരു മത്സരമുണ്ട് പന്തുകൾ അമ്മാനമാടിയും കൊണ്ട് പൈയുടെ സ്ഥാനങ്ങൾ ഉച്ചരിക്കുന്നതാണ് കളി.

സുരേഷ് കുമാർ ശർമ്മ

മാർകസ് ബെർഗസ്ററൻ എന്ന സ്വീഡൻകാരൻ മൂന്നു പന്തുകൾ അമ്മാനമാടിയും കൊണ്ട് പൈയുടെ 9778 സ്ഥാനങ്ങൾ ഉരുവിട്ട് ഒരു ലോക റിക്കോഡ് സ്ഥാപിക്കുകയുണ്ടായി. ബെർഗസ്റ്റന്റെ വലിയ നേട്ടം അതായിരുന്നില്ല. പൈയുടെ പതിനായിരം അക്കങ്ങളുപയോഗിച്ചുള്ള മറ്റൊരു കളിയിൽ വിജയിച്ചതാണ്. അക്കങ്ങളെ അഞ്ചുവീതമുള്ള രണ്ടായിരം ഗ്രൂപ്പുകളായി തിരിക്കും. ഇവയിൽ തികച്ചും അനിയതമായി തിരഞ്ഞെടുത്ത 50 ഗ്രൂപ്പുകളിലെ അക്കങ്ങൾ വായിക്കും. ഇവയിൽ ഏതു ഗ്രൂപ്പാണ് ആദ്യം ഏതാണ് അടുത്തത് എന്നു കണ്ടെത്തുകയാണ് പങ്കെടുക്കുന്നയാൾ ചെയ്യേണ്ടത്. പതിനായിരം സ്ഥാനങ്ങൾ ഓർമ്മിച്ചു പറയുന്നതിലും കഠിനമാണിത്. ഇതു തെറ്റാതെ പറയാൻ കഴിയുന്ന മൂന്നോ നാലോ പേരിൽ ഒരാളാണ് ബെർഗ്സ്റ്ററൻ.

മുകളിലത്തെ ടെസ്റ്റിലേതു പോലെ അക്കങ്ങൾ ഗ്രൂപ്പായി തിരിക്കുമ്പോൾ അവയിൽ അക്കങ്ങൾ ഒരു മാലപോലെ വരുമോ? വളരെയധികം സ്ഥാനങ്ങൾ ഉപയോഗിച്ചാൽ തീർച്ചയായും. അഞ്ച് അക്കങ്ങളാകുമ്പോൾ ആ സാധ്യത നൂറു ശതമാനം തന്നെയാണ് അക്കങ്ങളുടെ എണ്ണം കൂടും തോറും അതു കുറഞ്ഞു വരുന്നു. താഴെ കൊടുത്തിരിക്കുന്ന പട്ടിക കാണുക.

അക്കങ്ങളുടെ എണ്ണം	സാധ്യത
6	100% (ഏകദേശം)
7	99.99%
8	63%
9	9.5%
10	0.99%

പൈയുടെ ഒട്ടേറെ സ്ഥാനങ്ങൾ മനസ്സിൽ കൊണ്ടു നടക്കുന്നവരെല്ലാം എല്ലാ കാര്യത്തിലും അസാധാരണ ഓർമ്മശക്തിയുള്ളവരാണോ. അങ്ങനെയാവണമെന്നില്ല എന്നാണ് അനുഭവങ്ങളും പഠനങ്ങളും കാണിക്കുന്നത്. രണ്ടായിരത്തി എട്ടിലെ ചാമ്പ്യൻ ലൂ ചിയാവോയെ കുറിച്ചു പറഞ്ഞല്ലോ. ഫ്ളോറിഡ സർവ്വകലാശാലയിലെ മനഃശാസ്ത്രവിഭാഗം പ്രൊഫസറായ എറിക്സൺ ലൂ ചിയാവോയുടെ ഓർമ്മശക്തി പഠന വിധേയമാക്കുകയുണ്ടായി. ഓർമ്മയുടെ കാര്യത്തിൽ ശരാശരി നിലവാരമുള്ള ആളാണ് ലൂ എന്നാണ് എറിക്സന്റെ നിഗമനം. സവിശേഷ പരിശീലനത്തിലൂടെയാണ് പൈയുടെ സ്ഥാനങ്ങൾ അവർ മനസ്സിൽ സൂക്ഷിച്ചു വെക്കുന്നത്. പൈയുടെ 31811 സ്ഥാനങ്ങൾ മനസ്സിൽ സൂക്ഷിച്ച ലോകറെക്കോഡുകൾ സ്ഥാപിച്ച ഇന്ത്യക്കാരനാണ് രാജൻ മഹാദേവൻ. സംഖ്യകൾ മനസ്സിൽ കൊണ്ടു നടക്കുന്നത് അദ്ദേഹത്തിന് ഇഷ്ടമുള്ള വിനോദമായിരുന്നു. എന്നാൽ മറ്റു പല കാര്യത്തിലും സാമാന്യം നല്ല മറവിക്കാരനായിരുന്നു രാജൻ. വാഷിംഗ് മെഷിനിന്റെ സ്വിച്ച് ഏതാണെന്ന് ഞാനെന്നും ഓർമ്മിപ്പിക്കേണ്ടിയിരുന്നു എന്നാണ് ഓക്സ്ഫോർഡിലെ രാജൻ മഹാദേവന്റെ ഒരു സുഹൃത്ത് പിന്നീട് ഒരു പത്രപ്രവർത്തകനോടു പറഞ്ഞത്.

പൈയുടെ വില പോലെ മറ്റു അഭിന്നകങ്ങളുടെ വിലയൊന്നും അസാധാരണമായ ആവേശത്തോടെ മനസ്സിൽ കൊണ്ടു നടക്കുന്നവരില്ല. മറ്റുള്ളവ അത്ര പോപ്പുലറല്ല എന്നു വ്യക്തം. പൈയ്ക്കും ഫാൻസ് അസോസിയേഷനുകളുണ്ട്. ഒട്ടേറെ വെബ്സൈറ്റുകളിൽ പുതിയ കണ്ടെത്തലുകളുമായി പൈയുടെ ആരാധകർ ഒത്തു കൂടാറുണ്ട്. മാർച്ച് പതിനാലാണ് അന്താരാഷ്ട്ര പൈ-ദിനമായി ആചരിക്കപ്പെടുന്നത്. 3.14 എന്ന വിലയെ ഓർമ്മിപ്പിക്കുന്ന മൂന്നാമത്തെ മാസത്തിലെ പതിനാലാമത്തെ ദിവസം. അന്ന് 1: 59 എന്ന സമയം ഏറെ വിശേഷപ്പെട്ടതും. പൈയുടെ ഏറെ കൃത്യമായ വിലയാണല്ലോ 3.14159. ലോകം കണ്ട എക്കാലത്തെയും വലിയ ശാസ്ത്രജ്ഞൻ ആൽബർട് ഐൻസ്റ്റയിന്റെ ജന്മദിനവും മാർച്ച് പതിനാലാം തിയ്യതിയാണ് . 1879 മാർച്ച് പതിനാലിനാണ് ആ പ്രതിഭാശാലി ജനിച്ചത്. ആധുനികയുഗത്തിലെ മനുഷ്യഭാഗധേയങ്ങൾ നിർണ്ണയിക്കുന്നതിൽ സുപ്രധാനപങ്കു വഹിക്കാനായി.

π

3.14159 26535 89793 23846 26433 83279 50288 41971 69399 37510 58209
74944 59230 78164 06286 20899 86280 34825 34211 70679 82148 08651
32823 06647 09384 46095 50582 23172 53594 08128 48111 74502 84102
70193 82511 05559 64462 29489 54930 38196 44288 10975 66593 34461
28475 64823 37867 83165 27120 19091 45648 56692 34603 48610 45432
66482 13393 60726 02491 41273 72458 70066 06315 58817 48815 20920
96282 92540 91715 36436 78925 90360 01133 05305 48820 46652 13841
46951 94151 16094 33057 27036 57595 91953 09218 61173 81932 61179
31051 18548 07446 23799 62749 56735 18857 52724 89122 79381 83011
94912 98336 73362 44065 66430 86021 39494 63952 24737 19070 21798
60943 70277 05392 17176 29317 67523 84674 81846 76694 05132...

ആർക്കിമിഡീസ്

പുരാതന ഗ്രീക്ക് ഗണിതശാസ്ത്രജ്ഞനും, ഭൗതികശാസ്ത്രജ്ഞനും, എഞ്ചിനീയറുമായിരുന്നു ആർക്കിമിഡീസ് (ബി.സി.ഇ. 287 – 212).സിസിലി ദ്വീപിലെ സിറക്യൂസിൽ ബി.സി. 287ലാണ് ആർക്കിമിഡീസ് ജനിച്ചത്. ഗണിതശാസ്ത്രജ്ഞൻ, ഭൗതികശാസ്ത്രജ്ഞൻ, എഞ്ചിനിയർ, ജ്യോതിശാസ്ത്രജ്ഞൻ, കണ്ടുപിടിത്തങ്ങൾ നടത്തിയവ്യക്തി എന്നീ നിലകളിൽ ഇദ്ദേഹം പ്രശസ്തനായിരുന്നു.

ഇദ്ദേഹത്തിന്റെ ജീവിതത്തെക്കുറിച്ച് കാര്യമായ വിവരങ്ങൾ ലഭ്യമല്ലെങ്കിലും പുരാതനകാലത്തെ പ്രധാനപ്പെട്ട ശാസ്ത്രകാരന്മാരിൽ ഒരാളായി ആർക്കിമിഡീസ് കണക്കാക്കപ്പെടുന്നു. ഗണിതത്തിലേയും ജ്യാമിതിയിലേയും കണ്ടെത്തലുകൾ കൂടാതെ അക്കാലത്തെ നൂതനമായ യന്ത്രങ്ങളുടെ നിർമ്മിതിയും ആർക്കിമിഡീസിനെ പ്രശസ്തനാക്കുന്നു. ഹൈഡ്രോസ്റ്റാറ്റിക്സ് എന്ന ശാസ്ത്രശാഖക്ക് അടിത്തറയിട്ട ആർക്കിമിഡീസ് യന്ത്രങ്ങളുടെ അടിസ്ഥാനമായ ഉത്തോലകങ്ങളുടെ തത്ത്വങ്ങൾ വിശദീകരിക്കുന്നതിലും വിജയിച്ചു.

ഇദ്ദേഹം പുരാതനകാലത്തെ ഏറ്റവും പ്രമുഖ ഗണിതശാസ്ത്രജ്ഞനായി കണക്കാക്കപ്പെടുന്നു. എല്ലാ കാലത്തേയും ഏറ്റവും പ്രധാന ഗണിതശാസ്ത്രജ്ഞന്മാരിൽ ഒരാളുമാണ് ഇദ്ദേഹം. ഒരു പരബോളയുടെ ആർക്കിനുള്ളിലുള്ള വിസ്തീർണ്ണം കണ്ടെത്താനായി ഇദ്ദേഹം ശ്രമം നടത്തിയിരുന്നു. പൈയുടെ മൂല്യം കൃത്യതയോടെ ഇദ്ദേഹം കണ്ടുപിടിച്ചിരുന്നു. ആർക്കിമിഡീസ് സ്പൈറൽ ഇദ്ദേഹമാണ് കണ്ടുപിടിച്ചത്.

സിറാക്യൂസ് വളയപ്പെട്ടതിനിടെയാണ് ആർക്കിമിഡീസ് മരിച്ചത്. ഇദ്ദേഹത്തിനെ സംരക്ഷിക്കണം എന്ന ഉത്തരവുണ്ടായിട്ടും ഒരു റോമൻ സൈനികൻ ആർക്കിമിഡീസിനെ കൊലപ്പെടുത്തുകയായിരുന്നു. ആർക്കിമിഡീസിന്റെ ശവകുടീരം സന്ദർശിച്ചതിനെപ്പറ്റി സിസെറോ വിവരിക്കുന്നുണ്ട്. ഒരു സിലിണ്ടറിനുള്ളിൽ കൊത്തിവച്ച ഗോളം ഈ ശവകുടീരത്തിനു മീതേ ഉണ്ടായിരുന്നതായി ഇദ്ദേഹം വിവരിക്കുന്നുണ്ട്. ഒരു ഗോളത്തിന് സിലിണ്ടറിനെ അപേക്ഷിച്ച് മൂന്നിൽ രണ്ട് വ്യാപ്തവും ഉപരിതലവിസ്തീർണ്ണവുമാണുള്ളതെന്ന് ആർക്കിമിഡീസ് തെളിയിച്ചിരുന്നു. ഇതായിരുന്നു തന്റെ ഏറ്റവും മികച്ച കണ്ടുപിടിത്തം എന്നായിരുന്നു ഇദ്ദേഹം കണക്കാക്കിയിരുന്നത്.

ഇദ്ദേഹത്തിന്റെ കണ്ടുപിടിത്തങ്ങൾ പുരാതനലോകത്ത് പ്രസിദ്ധമായിരുന്നെങ്കിലും ഗണിതശാസ്ത്രസിദ്ധാന്തങ്ങൾ പരക്കെ അറിയപ്പെട്ടിരുന്നില്ല. അലക്സാണ്ട്രിയയിലെ ഗണിതശാസ്ത്രജ്ഞർ ഇദ്ദേഹത്തിന്റെ കൃതികൾ വായിക്കുകയും തങ്ങളുടെ കൃതികളിൽ ഇദ്ദേഹത്തെ ഉദ്ധരിക്കുകയും ചെയ്തിരുന്നു. എങ്കിലും എ.ഡി. 530

വരെ ഇദ്ദേഹത്തിന്റെ കൃതികൾ സമാഹരിക്കപ്പെട്ടിരുന്നില്ല. മിലേറ്റസിലെ ഇസിഡോർ ആണ് ആദ്യമായി ആർക്കിമിഡീസിന്റെ ഗണിതശാസ്ത്ര കൃതികൾ സമാഹരിച്ചത്. യൂടോഷ്യസ് എഴുതിയ വിശദീകരണവും ഈ കൃതിയിൽ ഉണ്ടായിരുന്നു. ആദ്യമായി ആർക്കിമിഡീസിന്റെ ഗണിത ശാസ്ത്രസിദ്ധാന്തങ്ങൾ പരക്കെ അറിയപ്പെട്ടുതുടങ്ങിയത് ഇതിനു ശേഷമാണ്. ആർക്കിമിഡീസിന്റെ കൃതികളുടെ ചുരുക്കം കോപ്പികളേ മദ്ധ്യകാലഘട്ടം അതിജീവിച്ചുള്ളൂവെങ്കിലും നവോത്ഥാനകാലത്തെ ശാസ്ത്രജ്ഞർക്ക് ഈ ഗ്രന്ഥങ്ങൾ നൽകിയ ഊർജ്ജം ചെറുതല്ല. 1906 –ൽ ഇതിനുമുൻപ് അറിവില്ലാതിരുന്ന ചില ആർക്കിമിഡീസ് കൃതികൾ (ആർക്കിമിഡീസ് പാലിംസ്പെക്റ്റ്) കണ്ടെത്തപ്പെട്ടത് ഇദ്ദേഹം തന്റെ സിദ്ധാന്തങ്ങളിൽ എങ്ങനെ എത്തിപ്പെട്ടു എന്ന തെളിവ് നൽകുന്നു.

പൈതഗോറസ്

പുരാതന ഗ്രീസിലെ പ്രശസ്തനായ ഗണിതശാസ്ത്രജ്ഞനും തത്ത്വജ്ഞാനിയുമായിരുന്നു പൈതഗോറസ് (580 - 500ബി. സി.). സൗരകേന്ദ്രസിദ്ധാന്തം ആവിഷ്കരിച്ച കോപ്പർ നിക്കസിനെ പിന്താങ്ങിയ അദ്ദേഹം ഭൂമിയ്ക്ക് ഗോളാകൃതിയാണെന്നും ഗ്രഹങ്ങൾക്കെല്ലാം അവരുടെതായ സഞ്ചാരപാതയുണ്ടെന്നും സമർത്ഥിച്ചു. ത്രികോണമിതിയിലെ പ്രധാന സിദ്ധാന്തങ്ങളിലൊന്നായ പൈതഗോറസ് സിദ്ധാന്തം ഇദ്ദേഹത്തിന്റെ സംഭാവനയാണ്.

ഗ്രീസിന്റെ ഭാഗമായിരുന്ന സാമോസിൽ ബി.സി. 582 –ലാണ് പൈതഗോറസിന്റെ ജനനം എന്നു കരുതപ്പെടുന്നു. അക്കാലത്തെ പ്രശസ്ത പണ്ഡിതരായിരുന്ന അനക്സിമാറുടെയും ഥെയിൽസിന്റെയും ശിഷ്യനായിരുന്ന അദ്ദേഹം ജ്യോതിശാസ്ത്രത്തിലും ഗണിതത്തിലും തത്വചിന്തയിലും അറിവു നേടി. കൂടുതൽ അറിവിനു വേണ്ടി ഈജിപ്റ്റിലും പടിഞ്ഞാറൻ ഏഷ്യയിലുമൊക്കെ അദ്ദേഹം സഞ്ചരിച്ചു. അൻപതാമത്തെ വയസ്സിൽ ദക്ഷിണ ഇറ്റലിയിലെ ക്രോട്ടൺ എന്ന സ്ഥലത്തു സ്ഥിരതാമസമാക്കി.

സംഗീതത്തിലും തത്പരനായിരുന്ന അദ്ദേഹം സംഗീതോപകരണങ്ങളിലെ ചരടുകളുടെ നീളം, വലിവ് എന്നിവയ്ക്ക് ശബ്ദത്തിന്റെ ഉച്ചനീചാവസ്ഥ നിർണയിക്കുന്നതിൽ പ്രധാന പങ്കുണ്ടെന്ന് കണ്ടെത്തി. പ്രഭാതനക്ഷത്രവും സായാഹ്നനക്ഷത്രവും ഒന്നാണെന്ന് ആദ്യം മനസ്സിലാക്കിയത് പൈതഗോറസാണ്.

പൈതഗോറസിന്റെ അനുയായികൾ പൈതഗോറിയന്മാർ എന്നറിയപ്പെട്ടു. സംഖ്യകളുടെ ശക്തിയിൽ വിശ്വസിച്ചിരുന്ന വിഭാഗമാണ് ഇവർ.

ക്ഷേത്രഗണിതവും സംഖ്യാശാസ്ത്രവും ആയിരുന്നു പ്രധാനഗവേഷണമേഖലകൾ. മട്ടത്രികോണത്തിലെ വശങ്ങളെ സംബന്ധിക്കുന്ന സിദ്ധാന്തം ഇദ്ദേഹത്തിന്റെ പേരിലാണ് അറിയപ്പെടുന്നത്. സംഖ്യകളെ ത്രികോണസംഖ്യകൾ, ചതുരസംഖ്യകൾ, പഞ്ചകോണസംഖ്യകൾ

എന്നിങ്ങനെ തിരിച്ചു. ഉദാഹരണത്തിനു 1,3,6... ത്രികോണസംഖ്യകളായും 1,4,9,16...തുടങ്ങിയവ ചതുരസംഖ്യകളായും 1,5,12,22.. തുടങ്ങിയവ പഞ്ചകോണസംഖ്യകളായും ഇദ്ദേഹം അവതരിപ്പിച്ചു. നിഗമന സമ്പ്രദായം, ക്രമബഹുതലപഠനം ഇവയും ഇദ്ദേഹം നടത്തി. അപരിമേയസംഖ്യകൾ കണ്ടെത്തി.

യൂക്ലിഡ്

ഗണിതശാസ്ത്ര വിഭാഗത്തിൽ ക്ഷേത്രഗണിതശാസ്ത്രത്തിന്റെ (ജ്യാമിതി) പിതാവ് എന്നറിയപ്പെടുന്ന ഗ്രീക്ക് ഗണിതശാസ്ത്രജ്ഞനാണ് യൂക്ലിഡ. ഉദ്ദേശം ബി.സി. 300 -ൽ ജീവിച്ചിരുന്ന ഇദ്ദേഹം യൂക്ലിഡ് ഓഫ് അലക്സാണ്ട്രിയ എന്ന പേരിലും അറിയപ്പെട്ടിരുന്നു. ടോളമി ഒന്നാമന്റെ (323–283 BC) ഭരണകാലത്ത് ഇദ്ദേഹം അലക്സാണ്ട്രിയയിൽ പ്രവർത്തിച്ചിരുന്നു. ഗണിതശാസ്ത്രചരിത്രത്തിലെ ഒരു പ്രധാന കൃതിയാണ് ഇദ്ദേഹം രചിച്ച എലമെന്റ്സ് എന്ന ഗ്രന്ഥം. ഈ ഗ്രന്ഥം പ്രസിദ്ധീകരിച്ചശേഷം പത്തൊൻപതാം നൂറ്റാണ്ടിന്റെ അവസാനമോ ഇരുപതാം നൂറ്റാണ്ടിന്റെ ആദ്യദശയോ വരെ ഗണിതശാസ്ത്രം (പ്രധാനമായും ക്ഷേത്രഗണിതം) പഠിപ്പിക്കുവാൻ ഒരു പാഠപുസ്തകമായി ഇതുപയോഗിച്ചിരുന്നു എന്നതിൽ നിന്ന് ഈ ഗ്രന്ഥത്തിന്റെ പ്രാധാന്യം മനസ്സിലാക്കാം. എലമെന്റ്സ് എന്ന ഗ്രന്ഥത്തിൽ യൂക്ലിഡ് വിവരിക്കുന്ന ജ്യാമിതീയതത്വങ്ങൾ യൂക്ലീഡിയൻ ക്ഷേത്രഗണിതം എന്നറിയപ്പെടുന്നു. വളരെക്കുറച്ച് മൗലികതത്വങ്ങളിൽ (ആക്സിയം) നിന്ന് ഇദ്ദേഹം ജ്യാമിതീയ തത്ത്വങ്ങൾ വിശദീകരിക്കുന്നു. വീക്ഷണകോൺ, കോണിക് സെക്ഷനുകൾ, ഗോള ജ്യാമിതി, നമ്പർ സിദ്ധാന്തം, ഗണിത നിയമങ്ങൾ എന്നിവയെപ്പറ്റിയും ഇദ്ദേഹം ഗ്രന്ഥങ്ങൾ രചിച്ചിട്ടുണ്ട്.

ഏകദേശം ക്രി.മു. 300 കാലഘട്ടങ്ങളിൽ അലക്സാണ്ട്രിയയിൽ ജീവിച്ചിരുന്നതായി കരുതപ്പെടുന്നു. ബി.സി 275 -ൽ മരിച്ചതായി കരുതപ്പെടുന്നു.

ക്യൂബ്, ഗോളം, പിരമിഡ് തുടങ്ങിയ ജ്യാമിതീയ രൂപങ്ങളെക്കുറിച്ച് വിവരണങ്ങൾ അടങ്ങിയ എലിമെന്റ്സ് ഇന്ത്യൻ ഭാഷകൾ ഉൾപ്പെടെയുള്ള പലഭാഷകളിലേക്കും വിവർത്തനം ചെയ്തിട്ടുണ്ട്.

ആര്യഭടൻ

പുരാതന ഭാരതത്തിലെ മികച്ച ഗണിതശാസ്ത്രജ്ഞനും, ജ്യോതിശാസ്ത്രജ്ഞനും ആയിരുന്നു ആര്യഭടൻ. ഇന്ത്യയുടെ ആദ്യത്തെ കൃത്രിമോപഗ്രഹത്തിന് അദ്ദേഹത്തോടുള്ള ബഹുമാനാർത്ഥം ആര്യഭട്ട എന്നാണ് നാമകരണം ചെയ്തത്.

ക്രിസ്തുവർഷം 476 -ൽ അശ്മകം എന്ന സ്ഥലത്താണ് ആര്യഭടൻ ജനിച്ചത്. ചെറുപ്പത്തിലേ ഗണിതത്തിൽ തത്പരനായ അദ്ദേഹം

കേരളത്തിലെ പ്രാഥമിക പഠനങ്ങൾക്കു ശേഷം നളന്ദ സർവകലാശാലയിൽ ഉപരിപഠനത്തിനായി അന്ന് പാടലീപുത്രം രാജ്യത്തിന്റെ ഭാഗമായിരുന്ന ബീഹാറിലെ കുസുമപുരത്തേക്ക് യാത്രയായി. അക്കാലത്ത് ലോകത്തിന്റെ വിവിധഭാഗങ്ങളിൽ നിന്ന് വിദ്യാർത്ഥികൾ ഇവിടെയെത്തി ഗണിതപഠനവും ഗവേഷണങ്ങളും നടത്തിപോന്നിരുന്നു.

കുസുമപുരത്തുവച്ച് എ.ഡി. 499 -ൽ തനിക്ക് 23 വയസ് പ്രായമുള്ളപ്പോഴാണ് അദ്ദേഹം ആര്യഭടീയം രചിച്ചത്. അതിനാൽ പേർഷ്യൻ ചിന്തകനായിരുന്ന അൽബറൂണി 'കുസുമപുരത്തെ ആര്യഭടൻ' എന്നാണ് തന്റെ കൃതികളിൽ പ്രയോഗിച്ചു കാണുന്നത്. ഡി.ജി. ആപ്തേയുടെ അഭിപ്രായപ്രകാരം നളന്ദ സർവ്വകലാശാലയുടെ കുലപതി (Vice chancellor) ആയിരുന്നു ആര്യഭടൻ. ആര്യഭടൻ തന്റെ ശിഷ്ടജീവിതം മുഴുവൻ കഴിഞ്ഞത് കുസുമപുരത്തുതന്നെയായിരുന്നു. ലഗാദമുനിയിലാരംഭിക്കുന്ന ഭാരതീയ ജ്യോതിശാസ്ത്രത്തിലെ ഏറ്റവും തിളക്കമുള്ള കണ്ണിയാണ് ആര്യഭടൻ. ജ്യാമിതിയിലും ബീജഗണിതത്തിലും ജ്യോതിശാസ്ത്രത്തിലും അദ്ദേഹം ആധുനികശാസ്ത്രത്തിന് വഴികാട്ടിയായി. അതുകൊണ്ടുതന്നെ, 1975 ഏപ്രിൽ 19 -ന് സ്വന്തമായി നിർമിച്ച ആദ്യ ഉപഗ്രഹം ഇന്ത്യ വിക്ഷേപിച്ചപ്പോൾ അതിന് 'ആര്യഭട'യെന്ന് പേര് നൽകി.

ആര്യഭടന്റെ പ്രധാന ഗവേഷണവിവരങ്ങൾ

ഭൂമി ഉരുണ്ടാണിരിക്കുന്നതെന്നും സ്വന്തം അച്ചുതണ്ടിൽ അത് കറങ്ങുന്നതു കൊണ്ടാണ് രാവും പകലുമുണ്ടാകുന്നതെന്നും ആദ്യമായി അഭിപ്രായപ്പെട്ട ജ്യോതിശാസ്ത്രജ്ഞൻ ആര്യഭടനാണെന്ന് കരുതുന്നു. ചന്ദ്രൻ പ്രകാശം പരത്തുന്ന ഗോളമല്ലെന്നും പകരം സൂര്യപ്രകാശമാണ് ചന്ദ്രന്റെ ശോഭയ്ക്കു നിദാനമെന്നും ആദ്യമായി അഭിപ്രായപ്പെട്ടത് ആര്യഭടനാണ്. ജ്യോതിശാസ്ത്രത്തിൽ പുതിയൊരു അധ്യായം തന്നെ തുറന്നു.

- *π (പൈ) യുടെ മൂല്യം 3.1416 ആകുന്നു.*
- *ത്രികോണമിതിയിലെ സൈൻ (sine) പട്ടിക തയ്യാറാക്കാനുള്ള മാർഗം.*
- *ജ്യാമിതിയിലും ജ്യോതിശാസ്ത്രത്തിലും ബീജഗണിതം ഉപയോഗിക്കാൻ വേണ്ട മാർഗ്ഗനിർദ്ദേശം*
- *ശാസ്ത്രീയവും ലളിതവുമായ കാലവിഭജനം*
- *ഭൂമിയുടെ ഭ്രമണത്തേയും ഗ്രഹങ്ങളേയും പറ്റിയുള്ള വിശകലനം*
- *ഗ്രഹണങ്ങളെക്കുറിച്ചുള്ള ശാസ്ത്രീയവിശദീകരണം അവതരിപ്പിച്ചു.*
- *ഘനമൂലവും, വർഗ്ഗമൂലവും കണ്ടെത്താനുള്ള മാർഗ്ഗങ്ങൾ.*
- *ഭൂഗോളത്തിന്റെ ചുറ്റളവ് 25,080 മൈൽ ആണെന്നു കണക്കുകൂട്ടി.*
- *100,000,000,000 പോലുള്ള വലിയ സംഖ്യകൾക്കു പകരം ആദ്യമായി ഒറ്റ വാക്കുകൾ ഉപയോഗിച്ചു.*

ബ്രഹ്മഗുപ്തൻ

ആറാം നൂറ്റാണ്ടിൽ ഇന്ത്യയിൽ ജീവിച്ചിരുന്ന ഒരു ഗണിതജ്ഞനാണ് ബ്രഹ്മഗുപ്തൻ. പൂജ്യമുപയോഗിച്ചുള്ള ക്രിയകൾക്ക് ആദ്യമായി നിയമങ്ങളുണ്ടാക്കിയത് ഇദ്ദേഹമാണ്. ന്യൂമെറിക്കൽ അനാലിസിസ് എന്നറിയപ്പെടുന്ന ഗണിതശാസ്ത്രശാഖയുടെ തുടക്കം ബ്രഹ്മഗുപ്തനിൽ നിന്നാണെന്നു കരുതപ്പെടുന്നു. 'ഗണകചക്ര ചൂഢാമണി' എന്ന വിശേഷണവും അദ്ദേഹത്തിനുണ്ടായിരുന്നു. ചാപ രാജവംശത്തിൽപ്പെട്ട വ്യാഘ്രമുഖ രാജാവിന്റെ കൊട്ടാരസദസ്സിലെ ജ്യോതിഷിയായിരുന്നു അദ്ദേഹം.

എ.ഡി 598 -ൽ ഇന്നത്തെ രാജസ്ഥാനിലെ ഭിൻമാലിലാണ് (മുൻപ് ഭില്ലമാല) ബ്രഹ്മഗുപതൻ ജനിച്ചതെന്ന് കരുതപ്പെടുന്നു. പിതാവ് ജിഷ്ണുഗുപ്തൻ പുരാതന ഇന്ത്യയിലെ പ്രമുഖ സാംസ്കാരികകേന്ദ്രമായിരുന്ന ഉജ്ജയനിയിലാണ് വിദ്യാഭ്യാസം ചെയ്തത്. പൊതുവർഷം 668 –ൽ മരണമടഞ്ഞു.

എ.ഡി 628 -ൽ രചിച്ച ബ്രഹ്മസ്ഫുടസിദ്ധാന്തമാണ് അദ്ദേഹത്തിന്റെ ഏറ്റവും പ്രശസ്തമായ കൃതി. ബ്രഹ്മസിദ്ധാന്തമെന്ന പഴയ ജ്യോതിഷകൃതിയുടെ തെറ്റുതിരുത്തി പരിഷ്ക്കരിച്ച രൂപമായിരുന്നു ബ്രഹ്മഗുപ്തന്റെ കൃതി. അറബിയുൾപ്പെടെ ഒട്ടേറെ വിദേശഭാഷകളിലേക്ക് ഇത് വിവർത്തനം ചെയ്യപ്പെട്ടിട്ടുണ്ട്. പൃഥൂദകസ്വാമി, ശ്രീദത, ഭട്ടോദ്പലൻ, ആത്മരാജ തുടങ്ങിയവർ ബ്രഹ്മസ്ഫുടസിദ്ധാന്തത്തിനു വ്യാഖ്യാനങ്ങൾ എഴുതി. ഇതിൽ 860-ാമാണ്ടിൽ പൃഥൂദകസ്വാമി എഴുതിയ വ്യാഖ്യാനത്തിലാണ് ബീജഗണിതം എന്ന പേര് ആദ്യമായി ഉപയോഗിച്ചത്. അക്കാലംവരെ ബീജഗണിതം അറിയപ്പെട്ടിരുന്നത് കുട്ടകം എന്ന പേരിലായിരുന്നു. 665 –ാമാണ്ടിൽ രചിച്ച ഖണ്ഡഖാദ്യകം ബ്രഹ്മഗുപ്തന്റെ മറ്റൊരു രചനയാണ്.

പൂജ്യം ഒരു അളവിനോട് (അത് നെഗററീവോ പോസിറ്റീവോ ആകട്ടെ) കൂട്ടിച്ചേർക്കുകയോ കിഴിക്കുകയോ ചെയ്തതുകൊണ്ട് ആ അളവിന് മാറ്റമൊന്നും സംഭവിക്കില്ലെന്ന് ബ്രഹ്മഗുപ്തൻ സിദ്ധാന്തിച്ചു. പൂജ്യത്തെ ഏതു സംഖ്യകൊണ്ട് ഗുണിച്ചാലും പൂജ്യമേ കിട്ടൂ എന്നും അദ്ദേഹം കണ്ടെത്തി.

സംഭാവനകൾ

- *ഗോളത്തിന്റെ വ്യാപ്തം കണ്ടു പിടിയ്ക്കുന്നതിനുള്ള സമവാക്യം കണ്ടെത്തി.*
- *ഒരു ശ്രേണിയിലെ ആദ്യ 'n' പദങ്ങളുടെ തുക കണ്ടെത്തുന്നതിനുള്ള സമവാക്യം കണ്ടെത്തി.*
- *വശങ്ങളുടെ നീളങ്ങളുമായി ബന്ധപ്പെടുത്തി സമത്രിഭുജം, സമദ്വിഭുജം, വിഷമത്രിഭുജം എന്നിങ്ങനെ ത്രികോണങ്ങളെ വർഗീകരിച്ചു. രണ്ടു വശങ്ങളും അവ കൂടിച്ചേരുന്ന ബിന്ദുവിലൂടെ എതിർ വശത്തേയ്ക്കുള്ള ലംബവും പരിമേയ സംഖ്യകൾ*

ആണെങ്കിൽ അത്തരം ത്രികോണങ്ങൾ വരയ്ക്കേണ്ട രീതി ആദ്യമായി വിശദീകരിച്ചത് ബ്രഹ്മഗുപ്തനാണ്. (17 -ാം നൂറ്റാണ്ടിൽ ജീവിച്ചിരുന്ന ബാചറ്റ്, കൺലീഫേ എന്നിവരുടെ പേരിലാണ് ഇത് അറിയപ്പെടുന്നത്)

- *ത്രികോണങ്ങളുടെ വിസ്തീർണം കാണാനുള്ള സമവാക്യം രൂപ വത്കരിച്ചതും ബ്രഹ്മഗുപ്തനാണ്. (ഇത് ഹെറോയുടെ പേരിൽ അറിയപ്പെടുന്നു)*
- *പൂജ്യം കൊണ്ടുള്ള ഹരണം നിർവചിയ്ക്കപ്പെട്ടിട്ടില്ല എന്ന ആശയം ആദ്യമായവതരിപ്പിച്ചു.*
- *'പൈ' യുടെ മൂല്യം 22/7 ആണെന്നും പ്രായോഗികമായി 3 എന്നെടുക്കാമെന്നും അദ്ദേഹം പറഞ്ഞു.*
- *രണ്ടാം ഘാത അവ്യവസ്ഥിതസമവാക്യങ്ങളുടെ നിർദ്ധാരണത്തിനു മാർഗ്ഗം കണ്ടെത്തി*
- *ഗണിതശാസ്ത്രത്തിൽ ആദ്യമായി ഇന്റെർപൊളേഷൻ സമ്പ്രദായം അവതരിപ്പിച്ചു.*
- *പൂജ്യം എന്ന സംഖ്യയെ പറ്റി ആദ്യമായി പഠനം നടത്തി.*
- *അനന്തം എന്ന ആശയത്തെ ഖച്ഛേദം എന്ന വാക്കു കൊണ്ടാണ് ഇദ്ദേഹം സൂചിപ്പിച്ചിരുന്നത്.*
- *കരണികളെ (surds) പറ്റി പഠനം നടത്തി.*

ഭാസ്കരാചാര്യൻ

ഭാരതത്തിലെ ഏറ്റവും പ്രശസ്തരായ ഗണിത ശാസ്ത്രജ്ഞരിൽ ഒരാളാണ് ഭാസ്കരാചാര്യൻ. പ്രശസ്തനായ ഒരു ജ്യോതിശാസ്ത്രജ്ഞനും കൂടി ആണദ്ദേഹം. എ.ഡി. 600 -ലാണ് അദ്ദേഹം ജീവിച്ചിരുന്നതെന്ന് കരുതുന്നു. ഭാസ്കരാചാര്യൻ ത്രികോണമിതിക്ക് നൽകിയ സംഭാവനകൾ നിസ്തുലമാണ്. 90 ഡിഗ്രിക്ക് മുകളിലുള്ള കോണുകളുടെ സൈൻ വില കണ്ടുപിടിക്കാനുള്ള സമവാക്യം അദ്ദേഹം തയ്യാറാക്കിയിരുന്നു. യുക്തിഭാഷ എന്ന ഗ്രന്ഥത്തിൽ സൈൻ (എ+ബി) യുടെ വിപുലീകരണവും കൊടുത്തിരുന്നു. ആന്ധ്രാപ്രദേശിലെ വളഭി എന്ന സ്ഥലത്താണ് അദ്ദേഹത്തിന്റെ ജനനമെന്ന് കരുതപ്പെടുന്നു. ആര്യഭടന്റെ ഗണിതസംഭാവനകളെ അടിസ്ഥാനമാക്കി അദ്ദേഹം രചിച്ച മഹാഭാസ്കരീയ, ലഘുഭാസ്കരീയ, ആര്യഭടീയഭാഷ്യ എന്നിവ ദക്ഷിണേന്ത്യയിൽ പരക്കെ പ്രചരിച്ചവയാണ്.

ഗണിത ജ്യോതിശാസ്ത്ര പഠനങ്ങളിൽ ഉപമാസമ്പുഷ്ടങ്ങളായ കവിതാശകലങ്ങൾ ചേർത്തതുവഴി പുതിയൊരു പാത വെട്ടിത്തെളിച്ച മഹാനാണദ്ദേഹം. കാളിദാസന്റെ കവിത്വമുള്ള ശാസ്ത്രജ്ഞൻ എന്നാണ് ഭാസ്കരാചാര്യൻ അറിയപ്പെടുന്നത്. ഇദ്ദേഹത്തോടുള്ള ആദരസൂചകമായി ഇന്ത്യ രണ്ടാമത് വിക്ഷേപിച്ച കൃത്രിമോപഗ്രഹത്തിന് ഭാസ്കര എന്നാണ് പേര് നൽകിയിരിക്കുന്നത്.

സ്വന്തം പുസ്തകമായ സിദ്ധാന്തശിരോമണിയിൽ എഴുതിയിട്ടുള്ള

വിവരങ്ങളേ അദ്ദേഹത്തിനെ കുറിച്ചറിയുകയുള്ളൂ. ക്രി.ശേ 1114 -ൽ ആണ് ജനിച്ചതെന്ന് സിദ്ധാന്തശിരോമണിയിൽ നിന്ന് മനസ്സിലാക്കാം. അച്ഛൻ മഹേശ്വരൻ ഒരു ജ്യോതിശാസ്ത്രപണ്ഡിതനായിരുന്നുവെന്നും, സഹ്യപർവതത്തിന്റെ താഴ്വരയിലുള്ള 'വിജ്ജഡവിടം' ആണ് തന്റെ സ്വദേശം എന്നും അദ്ദേഹം സിദ്ധാന്തശിരോമണിയിലെ ഗോളാദ്ധ്യായത്തിൽ പറഞ്ഞിരിക്കുന്നു. വിജ്ജഡവിടം എവിടെയാണന്നതു സംബന്ധിച്ച് ഇന്നും തർക്കം നിലനിൽക്കുന്നുവെങ്കിലും, മദ്ധ്യകേരളം മുതൽ മംഗലാപുരം വരെയുള്ള പ്രദേശത്തിനിടക്കെവിടെയോ ആണെന്നാണ് പൊതുവേ കരുതുന്നത്. ഭാസ്കരാചാര്യന്റെ കൃതികൾക്ക് കേരളത്തിലുണ്ടായിരുന്ന വമ്പിച്ച പ്രചാരവും ഈ വിശ്വാസത്തിനു ശക്തി പകരുന്നു. 'ഗാണ്ഡില്യ ഗോത്രക്കാരനാണ്' താനെന്നും അദ്ദേഹം പ്രസ്താവിച്ചിരിക്കുന്നു

മഹാഭാസ്കരീയം, ലഘുഭാസ്കരീയം, ആര്യഭടീയഭാഷ്യം, സിദ്ധാന്തശിരോമണി, കരണകുതൂഹലം തുടങ്ങിയവയാണ് ഭാസ്കരാചാര്യന്റെ പ്രധാന കൃതികൾ.

മഹാഭാസ്കരീയം ആര്യഭടന്റെ ആര്യഭടീയത്തിലെ മൂന്നദ്ധ്യായങ്ങളുടെ വിസ്തരിച്ചുള്ള വ്യാഖ്യാനമാണ്. ലഘുഭാസ്കരീയമാകട്ടെ മഹാഭാസ്കരീയത്തിന്റെ സംക്ഷിപ്തരൂപവും. വ്യാഖ്യാനങ്ങളാണെങ്കിലും സമ്പൂർണ കൃതികളുടെ നിലയും വിലയും ഈ പുസ്തകങ്ങൾക്കുണ്ട്. വളരെ ലളിതമാണ് പ്രതിപാദനരീതി. ഖഗോളശാസ്ത്രത്തിൽ ആര്യഭടന്റെ ആശയങ്ങളെ വികസിപ്പിക്കുകയാണിവയിൽ ചെയ്തിരിക്കുന്നത്. ആര്യഭടീയഭാഷ്യമാകട്ടെ ആര്യഭടീയത്തിന്റെ സമ്പൂർണ്ണ വ്യാഖ്യാനവും.

കരണകുതൂഹലം ഗ്രഹചലനങ്ങളെ ആണ് പ്രധാനമായും പഠിക്കുന്നത്. തന്റെ അറുപത്തൊമ്പതാം വയസിലാണ് കരണകുതൂഹലം രചിച്ചിരിക്കുന്നത് എന്ന് അതിൽ രേഖപ്പെടുത്തിയിരിക്കുന്നു.

സിദ്ധാന്തശിരോമണിയിലെ ആദ്യഖണ്ഡങ്ങളായ ലീലാവതിയിലും ബീജഗണിതത്തിലും അന്നുവരെ വികസിച്ചിട്ടുള്ള ഗണിതവിജ്ഞാനം മുഴുവൻ ക്രോഡീകരിച്ചിരിക്കുന്നതായി കാണാം. മറ്റൊരദ്ധ്യായമായ ഗോളാദ്ധ്യായത്തിൽ ഗോളതലക്ഷേത്രഗണിതവും ഗ്രഹഗണിത സിദ്ധാന്തങ്ങളും പഠനവിധേയമാക്കുന്നു. ഗോളാദ്ധ്യായത്തിലെ പലപഠനങ്ങൾക്കും ലിയോനാർഡോ ഡാവിഞ്ചിയുടെ കണ്ടെത്തലുകളുമായി സാദൃശ്യമുണ്ട്

ഭാസ്കരാചാര്യന്റെ ഏറ്റവും പ്രശസ്തമായ നിരീക്ഷണങ്ങൾ ലീലാവതിയിലാണ്. ലീലാവതിയിൽ എട്ടുതരം ഗണിതക്രിയകളെ പരാമർശിക്കുന്നു. പരികർമ്മാഷ്ടകം എന്നാണ് ആ ഭാഗത്തിന്റെ പേര്. അക്ബറുടെ ഭരണകാലത്ത് ലീലാവതി പേർഷ്യൻ ഭാഷയിലേക്ക് വിവർത്തനം ചെയ്തിട്ടുണ്ട്. ലീലാവതി എന്ന സുന്ദരിക്ക് ഗണിതവിജ്ഞാനം പകർന്നു കൊടുക്കുന്നു എന്ന മട്ടിലാണ് ലേഖനരീതി. ശാസ്ത്രമൂല്യങ്ങൾക്കു പുറമേ കലാമൂല്യവും തുളുമ്പുന്നവയാണ് ലീലാവതിയിലെ ശ്ലോകങ്ങളോരോന്നും. ഗഹനങ്ങളായ ശാസ്ത്രസത്യങ്ങളെ കാവ്യാത്മകമായി ചിത്രീകരിച്ച് ലളിതമാക്കാനാണ് ഭാസ്കരാചാര്യർ

ശ്രമിച്ചത്.

മഹാഭാസ്കരീയ എന്ന കൃതിയിൽ എട്ട് അധ്യായങ്ങളുണ്ട്. ഗണിതസംബന്ധിയായ ജ്യോതിശാസ്ത്രപാഠങ്ങളാണ് ഇതിലുള്ളത്.

ഭാസ്കരവ്യാഖ്യാനങ്ങളിൽ നാരായണ പണ്ഡിതൻ ലീലാവതിയെ ഉപജീവിച്ച് എഴുതിയ ഗണിതകൗമുദിയാണ് ഏറ്റവും പ്രധാനം. കേരളീയരായ ഗോവിന്ദസ്വാമിയും, ശങ്കരനാരായണനും ഭാസ്കരഗ്രന്ഥങ്ങളുടെ പ്രധാന വ്യാഖ്യാതാക്കളാണ്.

ഏതൊരു സംഖ്യയേയും പൂജ്യം കൊണ്ടു ഹരിച്ചാൽ ഫലം അനന്തതയാണെന്നും. അനന്തസംഖ്യയെ ഏതു തരത്തിൽ ഗണിച്ചാലും ഫലം അനന്തത തന്നെയായിരിക്കും എന്നും ഭാസ്കരൻ പഠിപ്പിച്ചു.

•

REFERENCES

1. The Joy Of Pi- David Blatner; Penguin
2. A biography of Worlds Most Mysterious Number- Alfred S Posamentier ,Ingmer Lehman; Universtiy Press.
3. Alex's Adventure in Number Land- Alex Bellos; Bloomsbury
4. The Encyclopedia of Mathematics- James Tantor: Viva Books
5. The Loom Of God- James A Pickover; Sterling
6. പൈ അനന്തതയുടെ കയ്യൊപ്പ്- സി.പി. മുഹമ്മദ്. ബീറ്റാബുക്ക്സ്.
7. Wikipedia

www.ingramcontent.com/pod-product-compliance
Lightning Source LLC
LaVergne TN
LVHW060149051026
849517LV00007B/2604
* 9 7 8 9 3 8 5 8 9 9 2 4 9 *